Sæmdarmenn

Sæmdarmenn

*Um heiður
á þjóðveldisöld*

Hugvísindastofnun Háskóla Íslands
Reykjavík 2001

Til minningar um
Preben Meulengracht Sørensen
1940–2001

Hugvísindastofnun Háskóla Íslands 2001

© Höfundar 2001

Bók þessi er gefin út með styrk úr Menningarsjóði

Bók þessa má eigi afrita með neinum hætti, svo sem ljósmyndun, prentun, hljóðritun eða á annan sambærilegan hátt, að hluta eða í heild, án skriflegs leyfis höfunda og útgefanda.

Prentun: Hjá Oss
Umbrot og hönnun kápu: Viðar Þorsteinsson
ISBN: 9979-54-486-4

Efnisyfirlit

Formáli 6

Helgi Þorláksson
Inngangur 7

Helgi Þorláksson
Virtir menn og vel metnir 15

Sverrir Jakobsson
Upphefð að utan 23

Sólborg Una Pálsdóttir
Hlutu konur enga virðingu? 41

Torfi H. Tulinius
Virðing í flóknu samfélagi 57

Helgi Þorláksson
Fé og virðing 91

Gunnar Karlsson
Eftirmáli 135

Mannanöfn og atriðisorð 149

Æviágrip höfunda 155

Formáli

Hugvísindaþing var haldið í október 1999 og meðal efnis var málstofa sem nefndist Virðing á þjóðveldistíma. Þar töluðu sagnfræðingarnir Helgi Þorláksson prófessor, Sverrir Jakobsson MA og Sólborg Una Pálsdóttir BA en prófessorarnir Gísli Pálsson mannfræðingur, Gunnar Karlsson sagnfræðingur og Vilhjálmur Árnason heimspekingur voru fengnir til að gera athugasemdir. Fundarstjóri var Þórður Ingi Guðjónsson MA. Umræðuefnið vakti nokkra athygli og þótti vel til fundið sem viðfangsefni fyrir málstofu í miðaldafræðum. Var efnt til hennar í fyrsta sinn á vegum Hugvísindastofnunar á vormisseri árið 2000. Hin sömu þrjú, Helgi, Sverrir og Sólborg Una, fluttu þar tölur sínar, nokkuð endurbættar. Ýmsir fleiri lögðu fram efni í málstofunni og vaknaði áhugi á að gefa það allt út í bók. Þegar til kastanna kom, reyndist aðeins Torfi H. Tulinius, dósent í frönsku, tilbúinn að gefa efni sitt út, auk fyrrgreindra þremenninga. Öll endurskoðuðu þau efni sitt rækilega, ekki síst Torfi, og Helgi samdi nýja grein, Fé og virðing, til birtingar í bókinni. Ákveðið var að leita til umsagnaraðila frá Hugvísindaþinginu 1999 um að rita eftirmála og varð úr að Gunnar Karlsson tók það að sér.

Við undirrituð þökkum Jóni Ólafssyni, forstöðumanni Hugvísindastofnunar, fyrir áhuga hans á útgáfu þessa efnis og vilja hans til að gera ritið vel úr garði. Þórður Ingi Guðjónsson las prófarkir af kunnri vandvirkni. Gerð skráar var einkum í höndum Vilborgar Sigurðardóttur. Viðar Þorsteinsson annaðist umbrot af kostgæfni.

Þetta rit verður jafnan tengt minningum um árdaga í störfum Hugvísindastofnunar. Við vonum að það sé vísir að þróttmiklu starfi og geti orðið sem flestum til nokkurs gagns og gamans.

Höfundar

Helgi Þorláksson

Inngangur

I

Öll þekkjum við það að hetjur Íslendingasagna töldu skammarlegt að flýja, jafnvel þótt við ofurefli væri að etja. Heiður þeirra bauð þeim að verja sig. Mörgum þykir sem þetta hafi oft verið beinlínis óskynsamlegt og skilja ekki vel hina miklu áherslu sem lögð var á heiður undir slíkum kringumstæðum. Enda hefur mönnum ekki verið vel ljóst hvað 'heiður' merkti á þjóðveldistíma (930–1262). Tíðum er vikið að heiðri í ritum frá 20. öld og sú merking lögð í orðið að fornmenn hafi látið stjórnast af tilfinningu, heiður hafi verið einhvers konar tilfinningalegt og einstaklingsbundið ástand. Þannig hafa áhrifamiklir fræðimenn í íslenskum fræðum lýst heiðri, hefnd og hetjuskap. Sigurður Nordal tengdi sóma einkum hetjuskap, hugrekki og hefndum. Hann ritaði: „Sé rakið fyrir rætur hefndanna er það alltaf sóminn sem veltur á. Tilfinning fornmanna var hárnæm að greina hvað væri skömm eða móðgun." Þarna er mest lagt upp úr tilfinningu einstaklinga en litið fram hjá reglum samfélagsins um hvenær og hvernig bæri að hefna.[1] Í

---

[1] Sbr. Sigurður Nordal, *Íslenzk menning*. I. (1942), 188–91. Ólafur Lárusson ritaði: „Hefndirnar áttu sér um langan aldur djúpar rætur í tilfinningum manna og lífsskoðun …"; „… það var virðing manna fyrir sjálfum sér, sem knúði þá til hefnda, tilfinning þeirra fyrir sæmd sjálfra sín og ættar sinnar." Orðstír var öllu æðri, ritar Ólafur, hann hlutu menn af mannkostum og hefndu til að verja sæmd sína, sbr. „Hefndir." *Lög og saga* (1958), 157, 167, 177. Ólafur er greinilega und-

augum fræðimanna sem rituðu um þessi efni í upphafi seinna stríðs hefur heiður verið öðru fremur tilfinning um ytri og innri styrk sem veitti sjálfsvirðingu, sjálfstraust. Heiður var þannig bundinn einstaklingum og sjálfsmati þeirra en síður samfélaginu og kröfum þess og mati. Að vísu ritar Sigurður Nordal: „Hátterni heiðinna manna var því metið af þjóðfélaginu eða einstaklingunum sjálfum ..." og bætir við: „er mælikvarðinn ... framar öllu sómi og skömm." Til að skýra þetta tekur hann síðan mið af hetjum, dæmi þeirra hafi verið „viðurkennd að fyrirmyndum."[2] Skilningurinn virðist um of bundinn lýsingum á hetjum sem fóru stundum sínu fram, hvað sem hver sagði, og skeyttu, amk. sumar, lítt um álit samfélagsins; dæmi um slíka menn eru Gísli Súrsson sem myrti mág sinn (nefnt 'launvíg' í sögunni) og Gunnar á Hlíðarenda sem sneri aftur heim í hlíðina fögru í trássi við gerðardóm um utanför. Andfélagslegar hetjur, og jafnvel hetjur almennt, eru ekki heppilegar til viðmiðunar um venjur og meginreglur.

Ýmsir aðrir fræðimenn í sömu fræðum hafa litið á heiður og tengsl hans við hefnd og hetjuskap sem hugmynd sem körlum hafi verið innrætt í heiðni, þetta hafi verið hugmyndafræði hinna áræðnu og óbilgjörnu eða þá óheflaðra vígamanna, eftir því hvernig á er litið. Með kristni og kirkju hafi komið fram siðgæðishugmyndir um frið og fyrirgefningu sem stefnt hafi verið gegn 'heiðnum' hugmyndum um heiður sem taldist eiga rætur í umræddri hugmyndafræði, einkum í hefndarskyldu og fullnustu hennar.[3] Þetta er auðsæilega ófullnægjandi skýring, ma. vegna þess að hugmyndir um hefndarskyldu lifðu góðu lífi á fyrri hluta 13. aldar og ekki annað að sjá en forkólfar kirkjunnar hafi beygt sig undir þær.[4]

---

ir áhrifum frá Vilhelm Grönbech sem hann vitnar til (174) en Grönbech ritaði um heiður í verki sínu *Lykkemand og niding*. (Vor folkeæt i oldtiden. I. 1909), 69–91, 97–107, sjá einkum 100–102. Hann segir ma. að skömm hafi verið tilfinning um niðurlægingu sem menn hristu af sér með hefnd og öðluðust heiður að nýju. Sigurður vitnar til greinar Ólafs (357) sem birtist fyrst 1941.

2 Sigurður Nordal, tilv. rit, 188–89.
3 Hermann Pálsson, „Siðfræði Hrafnkelssögu." *Tímarit Máls og menningar* 25 (1964), 270–85. Bjarni Guðnason, *Túlkun Heiðarvígasögu*. (Studia islandica. Íslensk fræði. 50. 1993), einkum 97–111, 144–59.
4 Gunnar Karlsson bendir á að hetjudauði og hefndarskylda voru ekki heiðin gildi

Í seinni tíð hefur komið fram annar skilningur á þessu, menn telja ekki rétt að setja á oddinn að heiður hafi verið einhvers konar persónuleg tilfinning hinna stoltu og kappsömu eða tillærð hugmynd sem herskáir forystumenn og nótar þeirra fylgdu. Bent er á að heiður var virðing sem samfélagið sýndi og veitti bændum og goðum, öllum þeim sem fullnægðu ákveðnum félagslegum kröfum – eða svipti þá ella.[5] Kröfurnar voru ófrávíkjanlegar og menn voru metnir eftir því hvernig og hvenær þeir fullnægðu þeim og veittist heiður eða virðing í samræmi við það.

Þessi fræðilegi skilningur, sem hér var nefndur síðast, tengist vafalítið auknum samræðum á milli manna í einstökum greinum. Það fer ekki á milli mála að aukin áhersla á félagssögu, og þar með félagsfræðileg viðhorf, hefur gert fræðimönnum sem fást við þjóðveldistímann afar gott og þeir hafa ófáir haft lag á því að færa sér í nyt skrif mannfræðinga, beint og óbeint. Sagnfræðingar eru margir hverjir farnir að nýta sér Íslendingasögur sem heimildir með nýjum hætti, sem félagssögulegar heimildir, láta þær vitna um félagsleg efni, óskráðar meginreglur eða 'norm', ríkjandi viðhorf, hegðunarmynstur og slík atriði sem menn leiddu áður hjá sér eða töldu bókmenntaleg minni. Núna reyna menn að tengja þetta samfélagsgerðinni sem þjóðveldismenn bjuggu við. Mannfræðin hjálpar vegna þess að til hefur verið í heiminum

[5] heldur gagnleg hugmyndafræði fyrir ríkjandi þjóðfélagshóp allan þjóðveldistímann, sbr. „Dyggðir og lestir í þjóðfélagi Íslendingasagna." *Tímarit Máls og menningar* 46 (1985), 9–19. Um afstöðu biskupa og annarra manna kirkjunnar á f.hl. 13. aldar til hefndar, sjá td. tilv. grein Ólafs Lárussonar, 174–76, sem sýnir að þeir gerðu ráð fyrir henni og sættu sig við hana.
Vilhjálmur Árnason leggur áherslu á samspil siðferðis og samfélagsgerðar, sbr. „Saga og siðferði. Hugleiðingar um túlkun á siðfræði Íslendingasagna." *Tímarit Máls og menningar* 46 (1985), 21–37. Sami, „Morality and social structure in the Icelandic Sagas." *Journal of English and Germanic Philology* 90 (1991), einkum 170–74. Kristján Kristjánsson finnur að því að Vilhjálmur geri ekki ráð fyrir að siðfræði Íslendingasagna hafi átt neinn frumspekilegan grunn eða heimspekilega réttlætingu. Hann segir sjálfur að sæmd eigi rætur í æðruleysi sem hafi verið afleiðing af 'hugarfrelsi' sem hann nefnir svo; slíkt frelsi hafi knúið menn til sátta við örlög sín, sbr. „Að geta um frjálst höfuð strokið." *Þroskakostir. Ritgerðir um siðferði og menntun* (1992), 157–73. Hvað sem þessari gagnrýni líður, er víst að hugmyndafræði heiðurs og leikreglur hefndar var allt mótað af samfélaginu sem gerði kröfur til einstaklinga.

fjöldi samfélaga þar sem heiður hefur verið algjört aðalatriði og tekist hefur að sýna að þetta hugtak átti félagslegar rætur og hafði félagslega merkingu en var ekki aðeins missterk tilfinning eða flögrandi hugmynd.[6]

Heiður veittist þeim sem fylgdu ákveðnum, óskráðum, meginreglum sem menn urðu að hlíta og haga sér eftir. Þess vegna varð til ákveðið hegðunarmynstur sem tengdist heiðri og menn urðu að fylgja. Þetta hefur ekki síst verið rætt meðal fræðimanna í tengslum við samfélög við Miðjarðarhaf og á Balkanskaga. Samfélögin þar gerðu almennt kröfur til karla um ákveðna hegðun og síðan var metið hvort og hvernig þeir urðu við þessum kröfum. Eftir því fór heiður þeirra eða virðing. Menn tóku ekki virðingu í arf, allir urðu að sanna sig og verja virðingu sína og leggja frammistöðu sína undir mat almennings en ekki æðra yfirvalds enda var það ekki til. Menn voru eins og á sviði, til sýnis, og sóttust eftir að hljóta gott mat 'jafningja' sinna. Þessu lýsir Peristiany og ritar ma.:

> Honour and shame are the constant preoccupation of individuals in small scale, exclusive societies where face to face personal, as opposed to anonymous, relations are of paramount importance and where the social personality of the actor is as significant as his office.[7]

Spyrja má hvort þjóðveldið hafi átt eitthvað sameiginlegt með samfélögum eins og hér er lýst. Margoft hefur verið á það bent að þjóðveldið var samfélag án sameiginlegs framkvæmdavalds eða miðstjórnar sem hefði mátt nefna ríkisvald. Hins vegar hafa menn ekki dregið þær ályktanir af þessu sem eðlilegt hefði átt að vera. Íslenskum fræðimönnum hefur verið tamara að dveljast við það sem þeir töldu líkt

---

[6] Ólíkar hugmyndir um 'heiðinn' og 'kristinn' heiður annars vegar og félagslegan heiður hins vegar birtast í bók þeirra T.M. Anderssons og W.I. Millers, *Law and Literature in Medieval Iceland* (1989), sbr. 57, 115 og xiii. Þeir draga þennan ágreining sérstaklega fram og Miller mælir fyrir hinum félagslega skilningi.

[7] J.G. Peristiany, Introduction. *Honour and Shame. The Values of Mediterranean Society* (1965), 11, sbr. 9–10.

með þjóðveldinu og íslensku samfélagi 19. og 20. aldar en hitt sem var ólíkt. Alþingi hið forna, dómstólar, lög, þjóðarhugtakið, kirkjan, utanlandsverslun og margt fleira hefur verið skoðað með samtímaaugum út frá samtímahugmyndum og hefur leitt á villigötur. Áður fyrr höfðu menn þannig tilhneigingu til að leita róta nútímans á miðöldum en í seinni tíð líta sagnfræðingar fremur á miðaldir sem framandi land og eru þá að einhverju leyti undir áhrifum frá mannfræði. Þeir setja sig í sérstakar stellingar og hugsa: Hvernig var samfélag þar sem var ekkert ríkisvald, engin lögregla? Hvernig tryggðu menn öryggi sitt og sinna? Hvernig reyndu þeir að koma í veg fyrir að á þeim og þeirra væri troðið? Þegar sleppti því trausti sem menn áttu hjá eigin fjölskyldu og nágrönnum, skipti samband goða og þingmanns miklu og líka hreppar. En það var margt fleira sem gat skipt máli til að styrkja stöðu manns í samfélaginu og öryggi í daglegu lífi. Eitt var vinátta sem menn styrktu með gagnkvæmum heimboðum og gjöfum. Þetta var ekki aðeins vinátta sem tilfinningasamband heldur kannski fremur vinátta sem félagslegt hagsmunasamband, og stundum eingöngu þannig. Menn eru farnir að skoða margt fleira í þessu félagslega ljósi, td. frillulífi og fóstur. Frillulífi var formlegra en menn hafa almennt áttað sig á og gaf kost á mikilvægum samböndum, eitthvað í líkingu við hjónabönd. Sama máli gegndi um fóstur sem var greinilega algengt og gat treyst bönd á milli einstaklinga, fjölskyldna og hópa.

Mönnum er möo. orðið ljósara en fyrr hversu mikilvægt var að tryggja öryggi sitt og sinna. En þegar öllu er á botninn hvolft urðu menn að reiða sig mest á sjálfa sig. Heimilisfaðir varð að sýna að hann væri maður til að verja sig, samfélagið krafðist þess, það var frumskylda. Annars áttu menn á hættu að ágjarnir og kappsfullir menn, eða þá hreinir ofbeldismenn og yfirgangsseggir, gerðu sér dælt við þá. Það mátti ekki gerast ef menn ætluðu að sinna daglegri önn í friði og vildu festu og reglu í samfélaginu en ekki upplausn og yfirgang. Þess vegna skyldu einstaklingar rísa öndverðir gegn hvers konar áreitni og ójafnaði enda var heiður þeirra í veði. Sá sem ekki varði sig var fyrirlitinn.

Samfélag Íslendingasagna hefur verið nefnt hetjusamfélag í þeim skilningi að hin karlmannlega hetja var fyrirmynd. Auðvitað voru ekki allir bændur óttalausar og vígfimar hetjur og hreystimenn en þeir máttu ekki tapa kjarki og missa móðinn ef á þá var ráðist. Þeim bar að verja sig, þótt af veikum mætti væri, ef þeir ætluðu að halda virðingu. Hugrekki aflaði vina og bandamanna en skræfur voru fyrirlitnar eða hafðar að háði.

Við sem búum við lögregluvernd og berum aldrei vopn, eigum kannski bágt með að átta okkur á því hversu mikilvægt þjóðveldismönnum var að verja sig eða sanna að engum væri stætt á að gera sér dælt við þá. Þess vegna skiljum við ekki vel að heiður þeirra tengdist einkum þeirri skyldu að verjast.

Fyrirmyndarheimilisfaðir á þjóðveldistíma var stoltur og sendi þau skilaboð að hann hefði ekkert að fela. Þau hjónin voru samhent og hjúin hlýðin og dygðug. Heimilið var opið gestum og gangandi, hjónin voru ör og veitul. Þau héldu veislur og tóku á móti vinum og skiptust á gjöfum við þá. Þau sinntu nágrönnum vel og húsbóndinn sótti alls kyns samkomur, þing, hestaat og leika ýmsa. Hann lagði áherslu á að taka fullan þátt í samfélaginu, margþættu félagslífi, og sýna að hann væri búinn til að verjast eða viljugur að treysta vináttubönd.

Sumt var líkt því sem við eigum að venjast, annað ólíkt. Heimilin eru ekki lengur eins opin, við höfum uppgötvað einkalíf sem nær að þrífast í skjóli ríkisvalds. Það er undir hælinn lagt hvort við sinnum nágrönnum okkar nokkuð, eigum sjaldnast mikið undir miklum samskiptum við þá. Aðalatriði er að staða okkar í samfélaginu er ekki svo háð slíkum heimsóknum og gjöfum og veitingum og samböndum sem af þessu kunna að spretta. Við sækjum styrk okkar til ríkisvaldsins, starfa eða embætta sem við gegnum og góðra tekna og eigna eða einhverra afreka og mikilsmetinna hæfileika. Við lítum flest á veislur sem mannfagnaði, tækifæri til að skemmta sér, gera sér dagamun. Heimboð lítum við á sem aðferð til að tryggja vináttu í tilfinningalegum skilningi og njóta hennar. Gjafir okkar eru gefnar í þessum anda og eru jafnan óskilyrtar, aðalundantekning eru jólagjafir.

Veislur og gjafir á þjóðveldistíma voru annað og meira, þeim fylgdi td. alltaf krafa um endurgjald, annað var móðgun. Vinátta sem hagsmunasamband var ekki síður mikilvæg en vinátta sem tilfinningasamband. Menn áttu mikið undir að þiggja veislur frá þeim sem stóðu hærra í þjóðfélagsstiganum, nutu meiri virðingar, og mátu afar mikils gjafir frá þeim. Það gaf þeim færi á að eignast enn aðra vini af sama sauðahúsi og hækka sjálfir um spönn í virðingu. Þeir sem komu til veislna fylgdust vafalaust af eftirvæntingu með því hvar þeim var skipað til borðs, það sagði þeim þegar mikið um hvernig þeir voru metnir. Í þessu var fólginn heiður gildra manna á þjóðveldistíma, að vera vel metnir. Orðin sem við notum um heiður á þessum tíma sýna þetta vel. 'Virðing' er auðvitað samstofna við virða og 'metorð' við meta og mat, sbr. metnaður, og 'sómi' er tengt sögninni sama, í merkingunni 'vera viðeigandi' og sæma merkir 'að veita heiður', eins og Preben Meulengracht Sørensen hefur dregið skýrt fram.[8] 'Sæmd' og 'sómi' eru talin rótskyld 'seem' á ensku. Gildir menn voru í stöðugu mati samfélagsins og var skipað í virðingarröð; stæði gildur maður sig vel í deilu við mann sem taldist gildari, kvað almannarómur á um það að metorð hans eða virðing hefðu vaxið. Þeir sem stóðu einna hæst í virðingarstiganum veltu fyrir sér að eignast heppilega bandamenn úr röðum þeirra sem neðar stóðu. Boð í veislur höfðingja og gjafir gátu þannig hækkað þiggjendurna umtalsvert í áliti enda ósjaldan tekið fram í Íslendingasögum að aðeins þeir sem mest voru virtir hafi hlotið gjafir. Aðalatriði var að þar með höfðu þeir sem neðar stóðu og hlutu slíka viðurkenningu eignast áhrifameiri bandamenn og tryggt stöðu sína betur í samfélaginu og það skipti þá mestu. Auðvitað urðu þeir svo að standa undir aukinni viðurkenningu. Ef þeir gerðu það ekki, kvað almannarómur von bráðar upp úr um það og virðing þeirra dvínaði.

II

Víkjum að efni þessa rits. Í umræðum fræðimanna um heiður á undanförnum áratug hafa komið fram hugmyndir sem valdið hafa

---

[8] Preben Meulengracht Sørensen, *Fortælling og ære. Studier i islændingesagaerne* (1993), 188–91. Þessi orð eru af öðru sauðahúsi en 'tign, tír, orðstír, vegur' og líka 'heiður' í fornu máli, sem tengjast fremur frægð í hernaði og frama við hirðir konunga.

nokkrum heilabrotum. Ein er sú að heiður í samfélaginu hafi verið föst stærð, heiður eins hafi ekki getað aukist án þess það yrði á kostnað annars. Um þetta fjalla ég í greininni „Virtir menn og vel metnir".

Náskyld þessari skoðun er sú að heiður sem menn öfluðu sér í útlöndum hafi alveg ruglað hið innlenda virðingarkerfi, sett það úr skorðum og valdið úlfúð með mönnum. Sverrir Jakobsson kemur að þessu í greininni „Upphefð að utan".

Ennfremur hefur komið fram sú skoðun að konur hafi ekki hlotið neinn persónulegan heiður, húsfreyjur hafi einungis haft þann metnað að viðhalda heiðri eiginmanns og þar með heimilis og fjölskyldu. Heiður hans hafi skipt öllu máli og henni borið að styðja við bakið á honum. Sólborg Una Pálsdóttir fjallar um þetta í greininni „Hlutu konur enga virðingu?" og athugar hvort það stenst.

Í greininni „Virðing í flóknu samfélagi" kannar Torfi H. Tulinius hvort kenning Pierre Bourdieu um félagslegt auðmagn geti varpað ljósi á samsett eðli virðingar í þjóðveldinu.

Næst kemur greinin „Fé og virðing" þar sem ég kanna hvort sú hugmynd stenst að rúmur efnahagur eða, þegar við átti, auður, hafi fært mönnum virðingu. Er þetta etv. seinni alda hugmynd, þannig að ríkidæmi hafi ekki verið undirstaða eða forsenda virðingar í þjóðveldinu?

Loks kemur „Eftirmáli" Gunnars Karlssonar þar sem hann reifar efni ritsins og leggur mat á einstök atriði.

Helgi Þorláksson

Virtir menn og vel metnir

Símat

Orðið 'virðing' kemur fyrir alls 187 sinnum í Íslendingasögum og lýtur oftast að stöðu einstaklinga innan samfélags og mati á þeim. Stundum tengist það þó verðlagningu og líka mati eða áliti einstaklinga á einstökum ópersónulegum efnum en það er ekki á dagskrá hér. Í Íslendingasögum er mikill áhugi á stöðu manna og mati, og tengist líka orðinu 'sæmd' en um það eru 215 dæmi í sögunum. Á það hefur verið bent að orðið 'sæmd' snúist ekki síst um mat á frammistöðu manna og félagslegri stöðu. Auk dæmanna í Íslendingasögunum eru 40 um 'virðingu' í Sturlungu en um 'sæmd' eru þau 66. Vegna tíðni er óhætt að álykta að þessi orð hafi í sér fólgin höfuðhugtök í samfélagi þjóðveldismanna. Af sama toga er orðið 'metorð' sem lýtur að mati og félagslegri stöðu en það er ekki algengt, dæmin eru 16 í Íslendingasögum og átta í Sturlungu og er um þetta farið eftir Orðstöðulykli.[1]

Til skamms tíma sinntu fræðimenn orðunum 'virðing' og 'sæmd' og félagslegri merkingu þeirra ekki mikið en hins vegar hefur töluvert verið skrifað um heiður almennt og í sambandi við hann orðstír og drengskap. Enda er það svo að orðið 'heiður' tengist ekki félagslegu mati í fornu máli og kemur aðeins sjö sinnum fyrir í Orðstöðulykli, þar

---

[1] Sverrir Jakobsson fékk styrk frá Nýsköpunarsjóði námsmanna til verkefnisins 'Könnun orðstöðulykils vegna fæðardeilna' og er stuðst hér við könnun hans.

af fimm sinnum í sögum frá 14. öld. Málspakir menn telja að orðið tengist einkum hernaðarafrekum og hirðlífi, eins og orðin 'tír' og 'tign' og 'vegur', og standi þannig að mestu utan íslensks veruleika á þjóðveldistíma. Hins vegar fundu seinni tíma menn upp á að nota orðið 'heiður' fyrir *ære* á dönsku og *honour* á ensku.[2]

Á Íslandi var ekkert sameiginlegt framkvæmdavald fyrir 1262, enginn konungur sem deildi út virðingu. Allur almenningur gerði það hins vegar með mati sínu og einkum var fylgst með höfðingjum og hinum meiri mönnum. Þeir áttu sér fá leyndarmál inni á heimilum sínum, menn gengu þar inn og út, gestir og gangandi, og báru fréttir. Menn fóru til þinga og leika og að heimboðum, hjú réðu sig í vist á ýmsum býlum, fluttu sig frá einu á annað, förumenn fóru frá einum bæ á annan. Flest fréttist og spurðist, höfðingjar og stórbokkar voru eins og á leiksviði heima hjá sér og leikdómarar voru margir. 'Sjaldan lýgur almannarómur', segir hið fornkveðna. Þjóðveldismenn trúðu á almannaróm, möo. það sem komst af stigi slúðurs og menn höfðu almennt fyrir satt. Þetta birtist í kviðburði sem var helsta sönnun fyrir rétti, nágrannar báru þá um það sem þeir höfðu frétt en ekki var gerð krafa um að þeir hefðu orðið vitni sjálfir, þeir báru aðeins um almannaróm sem menn töldu að lygi sjaldan.

Virðing manna gat birst í því hvort þeim var boðið til veislna og hvernig þeim var skipað til borðs í veislunum og hefur verið mikið umræðuefni meðal þjóðveldismanna ekkert síður en röð fyrirmanna Sovétríkjanna á grafhýsi Leníns var tilefni umræðna einu sinni. Virðingin hefur líka getað birst í því hverjir voru vinir hverra, hverjir skiptust á gjöfum og heimboðum og hverjir mægðust og þar fram eftir götum. Virðing var eftirsóknarverð af því að menn gátu breytt henni í hagsmunasambönd, þannig að þeir nytu stuðnings máttugra manna og henni fylgdi áhrifavald.

Það má segja að allir mikilsháttar menn hafi verið í sífelldu mati, kannski símati, sagt er reglulega frá því í sögunum að virðing þessa eða hins þótti vaxa eða sæmd hans. Þetta var þjóðaríþrótt Íslendinga að

---

[2] Preben Meulengracht Sørensen, *Fortælling og ære. Studier i islændingesagaerne* (1993), 188–91.

meta aðra enda var mannjafnaður skemmtun manna. Menn völdu sér fulltrúa, einhverja sem þeir mátu mikils og tefldu fram gegn öðrum sem aðrir völdu sér og báru þá saman, lögðu þannig mat á þá.

Var virðing föst stærð?

Um virðingu og mat á mönnum hafa þeir fjallað nokkuð William Ian Miller og Preben Meulengracht Sørensen í verkum sínum. Miller setur fram þá skoðun sem hinn tekur upp að heiður hafi verið af skornum skammti, „honor was a precious commodity in very short supply" og hann skrifar um „economy of honor" og ennfremur: „Honor was thus, as a matter of social mathematics, acquired at someone else's expense."[3]

Þetta fullyrða þeir Miller og Meulengracht Sørensen þótt sjaldan sé tekið fram eða kannski aldrei, þegar segir frá því að sæmd einhvers goða eða virðing hafi vaxið, að virðing einhvers annars eða sæmd hans hafi minnkað að sama skapi. Við lesum jafnvel stundum um stórbokka sem deildu að báðir þóttu hafa virðingu af málinu. Þó er auðvitað auðvelt að ímynda sér þetta, að uppgangur eins goða hafi verið á kostnað annarra. Segjum td. að goði hafi hreinsað hérað af illræðismönnum; þá er fjarska líklegt að þingmönnum hans hafi fjölgað við þetta og það var auðvitað á kostnað annarra goða. Þarna er virðingin mæld í þingmönnum en skerðing á virðingu þeirra sem misstu þingmenn hefur verið óbein, ekki átt rætur í beinum átökum og áreitni goðanna. Við getum líka tekið dæmi af ójafnaðarmönnum, svonefndum, þar er skerðingin beinni ef þeim tókst upp. Þeir gerðu á hlut annarra til að upphefja sjálfa sig og komust stundum upp með það þótt það mæltist illa fyrir. Þannig var td. Vémundur kögur sem segir frá í Reykdælu og gerði stórbokka einum lífið leitt og sá alltaf leiðir til að efna til nýrrar úlfúðar og sniðganga sættir. Hann var beinlínis að reyna að afla sér

---

[3] William Ian Miller, *Bloodtaking and Peacemaking. Feud, Law, and Society in Saga Iceland* (1990), 30, sbr. þó 314, nmgr. 19.

virðingar á kostnað andstæðings síns, vó marga menn og varð sjálfur sóttdauður og þótti garpur, segir sagan (16. kap.).

Meulengracht Sørensen hefur svipaðar hugmyndir og Miller um takmarkaðan heiður en telur líka að ójafnaðarmenn hafi raskað jafnvægi í samfélaginu. Þannig hafi sættir verið fólgnar í því að koma á sömu skipan og áður gilti, koma öllu í sama félagslegt jafnvægi að nýju.[4] Ég skil orðið 'ójöfnuður' öðru vísi en Meulengracht Sørensen, finnst sennilegra að það lúti að því að ójafnaðarmenn voru ekki til þess búnir að jafna reikninga í samfélagi þar sem sættir gengu jafnan út á að jafna högg á móti höggi, sár á móti sári, lík á móti líki.

Hugmynd Meulengracht Sørensens um ójafnvægi byggist á hinu sama, að heiður hafi verið föst stærð og rétt hafi verið að skila aftur þeim heiðri sem menn reyndu að taka frá öðrum með óréttmætum hætti.

Hagvöxtur virðingar?

Ég get ekki fallist á þessa jafnvægishugmynd. Samfélagið, amk. samfélag stórbokkanna, gekk út á að reyna að auka virðingu sína og þá hlýtur að hafa verið alvanalegt að virðing manna ykist án þess að félagslegt jafnvægi raskaðist, að allt færi úr skorðum.

Það var þó oft vafalítið svo að metnaðarfullir menn hafa reynt að auka virðingu sína á kostnað annarra en varla var þannig til komin öll sú sæmd sem menn hlutu. Segjum að stórbokki sem þykir mikill fyrir sér og metnaðargjarn fari að troða ungum og óreyndum bónda um tær, nágranna sem er vel efnaður og af góðum ættum en óskrifað blað. Segjum að ungi maðurinn bregðist karlmannlega við, berji húskarla hins og reki þá á flótta. Stórbokkinn sér að hinn er fastur fyrir og leitar útgönguleiðar, þriðji maður gengur á milli og semur. Þannig hefur hinn ungi sannað sig í samfélaginu og aflað sér virðingar. En á kostnað hvers? Varla stórbokkans margreynda, hann hafði margoft sannað

---

[4] Meulengracht Sørensen, *Fortælling og ære*, 194, 222 ov.

sig áður og fann útgönguleið úr málinu. Ungi maðurinn var af góðum ættum og gerði það sem menn bjuggust við af honum svo að viðingin hefur varla vakið öfund, menn voru tilbúnir að viðurkenna virðinguna og veita hana.

Mér finnst ég geta búið til mörg dæmi um afrek og dáðir sem menn vinna og hafa getað aflað virðingar án þess það væri á kostnað annarra; segjum td. að maður fari einn gegn brjáluðum hvítabirni og felli hann og bjargi þannig sveit sinni frá voða. Virðing hans eykst en á kostnað hverra? Varla hvítabjarnarins. Annar heldur betri veislur en aðrir, þriðji er betri smiður en aðrir og báðir hljóta virðingu út á það. Á kostnað hverra? Annarra bænda sem héldu veislur eða annarra smiða? Það er langsótt.

Ég get þannig vel séð fyrir mér hagvöxt í heiðri, ef svo má segja. Svo er líka hægt að hugsa sér verðbólgu og gengisfellingu í heiðri, td. ef allir bændur á stóru svæði hlaupa til og fara að drepa hvítabirni, einir síns liðs. En líkur þess voru varla miklar.

Öfundarmenn voru auðvitað fjölmargir, eins og gengur, og höfðu sín áhrif, eins og Miller bendir á.[5] Virðing Snorra goða tók td. að vaxa af því að öfundarmönnum hans fækkaði, segir í Eyrbyggju (65. kap.). Hann fór að verða óumdeildur. Þannig var Jón Loftsson, hann naut svo mikillar virðingar að hann reis upp yfir alla aðra. Öfundarmenn hlutu að kæfa öfund sína og hylla hann sem aðrir. Undir lokin hlaut Jón mesta virðingu af gerðardómum sínum sem höfðu sér til ágætis að standast. Það var auðvitað í þágu flestra og þakklátt að Jón skyldi ná þessum árangri. Þetta hefðu aðrir vart getað gert og er vandi að sjá á hvers kostnað virðing hans óx þar sem aðrir voru ekki líklegir til að ná sambærilegum árangri. Þó er auðvitað hægt að segja að fleiri hefðu komist að sem gerðardómarar ef Jóns hefði ekki notið við og virðingin hefði þá dreifst. Í þeim skilningi var virðing hans á kostnað annarra. Hins vegar er erfitt að sjá að þeir hafi ekki haft ýmsar aðrar leiðir til að auka virðingu sína, hvað sem Jóni leið.

---

[5] Miller, *Bloodtaking and Peacemaking*, 31.

Tvenns konar heiður

Dæmi mín benda til að virðing hafi stundum verið á kostnað annarra en ekki nærri alltaf. Það virðist þó einkum hafa gerst þegar stórbokkar og góðar áttu í hlut. Vel er hægt að hugsa sér bónda sem situr í heiðri og sóma án þess það væri beinlínis á kostnað annarra bænda. Hann er góður bóndi og gildur þegn og mikill af sjálfum sér, ver sig þegar á reynir, á gott bú, góða konu og mannvænleg börn og hjú hans eru dygg og ráð hans allt hið virðulegasta. Hann gerir aðeins það sem honum ber og til er ætlast og tekur ekki frá neinum. Við getum gefið okkur að hann hafi unnið einhver afrck, td. vegið hvítabjörn og varist ágengum stórbokka og virðing hans hafi farið vaxandi án þess það væri á kostnað annarra. Síðan má hugsa sér að goði fari að hampa honum til að upphefja sjálfan sig, þyki prýði að hafa slíkan bónda í vinahópi sínum, bjóði honum í veislur og gefi gjafir. Þá er hann strax farinn að ryðja öðrum úr sæti í veislum og minnka gjafir sem aðrir hljóta. Af Droplaugarsonasögu má ráða að upphefð þótti af slíkum skiptum við goða og maður sem gaf goða sínum góðar gjafir ætlaðist til að njóta þeirrar virðingar í staðinn að vera skipað sæti í dómi (4. kap.). En það var þá á kostnað annarra sem misstu sæti í dómum. Svo er þó að sjá að hér hafi verið komið út fyrir mörk þess sem þótti sæmandi.[6]

Hér er þá verið að gera mun á heiðri og áliti eða *honour* og *prestige*. Við getum þess vegna kallað þetta persónulegan heiður og félagslegan heiður. Um hið síðarnefnda notuðu þjóðveldismenn helst orðið 'virðing'. Þessi tvískipting er ekki ný af nálinni í fræðilegri umræðu.[7] Hins vegar er ekki kunnugt að hún hafi komið fram í umræðum um þjóðveldið og veltur á miklu að draga skýrt fram hvaða munur muni þá hafa verið á persónulegum heiðri og virðingu. Aukinn persónulegur heiður mun hafa verið fólginn í að standa sig vel í því sem maður var

---

[6] Um hinn besta texta þessarar frásagnar og túlkun hans sjá Jónas Kristjánsson, „Gerðir Droplu." *Fjölmóðarvíl til fagnaðar Einari G. Péturssyni fimmtugum* (1991), 60–64.

[7] Sjá td. Erling Sandmo, *Voldsamfunnets undergang. Om disiplineringen av Norge på 1600-tallet* (1999), 102–3.

borinn til, vera mikill af sjálfum sér, vera kannski föðurbetrungur, verja sig vel ef á var leitað en þessi persónulegi heiður varð ekki aukinn við að leita á aðra. Félagslegi heiðurinn eða virðingin snerist hins vegar mest um samkeppni og samkeppnismat, var jafnan fólgin í að afla sér félagslegs álits, klifra upp metorðastiga og grafa undan öðrum sem voru að reyna hið sama. Og þar sem samkeppni goða var hörðust, hafa flestar gjörðir þeirra verið reiknaðar á mælistiku virðingar sem tap eða gróði. Goðar sem öttu kappi voru í stöðugu mati samfélagsins.

Heiður kvenna og virðing að utan

Með þessari tvískiptingu getum við kannski skýrt mismunandi heiður karla og kvenna. Það er líklega rangt hjá Meulengracht Sørensen að konur hafi ekki átt eða hlotið neinn heiður. Þetta átti kannski við í samfélögum eins og hinu albanska þar sem karlleggur taldist einn gildur og kona var tekin inn í ætt karlsins og sleit nánast alveg tengsl við eigin ætt. Slíkar konur áttu ekki heiður, segja fræðimenn. Hins vegar gátu þær átt andstæðu hans, skömm, ef þær héldu td. fram hjá eiginmanni sínum; þessum konum bar fyrst og fremst að gæta velsæmis, á því valt álit þeirra að sögn fræðimanna.[8] Þetta er líka þekkt á Íslandi en kvenskörungarnir íslensku voru jafnframt af öðrum toga, þær gátu komið ýmsu í kring upp á eigin spýtur, td. beitt körlum fyrir sig til hefnda. Styrkur þeirra var ma. fólginn í að þær héldu tengslum við eigin ætt. Heiður þeirra var líka fólginn í rekstri bús og forsjá heimilis, sæmd þeirra gat verið meiri eða minni. En þær öttu ekki kappi við karla um virðingu úti í samfélaginu. Það er aldrei talað um að virðing konu hafi skerst í þessum skilningi eða metorð hennar minnkað. Í þjóðveldinu voru vopn látin skera úr deilum og þau voru ekki á sviði kvenna. Konan var í þeim skilningi á sviði hins friðsama

---

[8] Ian Whitaker, „'A sack for carrying things': The traditional role of women in Northern Albanian society." *Anthropological Quarterly* 54 (1981), 146–56. Andrew J. Shyrock, „Autonomy, entanglement, and the feud: Prestige structures and gender values in Highland Albania." *Anthropological Quarterly* 61 (1988), 113–18, einkum 115.

bónda sem gerði ekki á hlut neins en bæði gátu átt persónulegan heiður að verja og gátu glatað honum.

Fáein orð um virðingu sem kom að utan. Meulengracht Sørensen hefur mörg orð um að hún hafi ruglað innlent kerfi. Dæmið af Snorra Sturlusyni sem kom hlaðinn heiðri og gjöfum af fundi Noregshöfðingja sýnir að hin aukna virðing hans hlaut ekki sjálfkrafa gildi á Íslandi. Andstæðingar hans hæddust að honum og síðan kom til kasta almennings að meta þessa erlendu virðingu upp á nýtt. Vafasamt er hvort og hvernig þessi upphefð dugði honum.

Niðurlag

Mér sýnist að hugmynd Millers og Meulengracht Sørensens um heiður sem fasta stærð sé ekki gagnleg og varla stenst sú skoðun þeirra að heiður manna hafi ekki getað aukist án þess að heiður annarra minnkaði. Hins vegar var algengt að goðar og stórbokkar reyndu að auka heiður sinn á kostnað annarra af sama sauðahúsi. Þar erum við komin að hinum félagslega heiðri eða virðingunni og er orðið tímabært að hún njóti meiri athygli íslenskra fræðimanna.

Sverrir Jakobsson

Upphefð að utan

Að fremja sig utanlands

Í Bjarnar sögu Hítdælakappa segir frá nokkrum „íslenzkum mönnum, sem uppi váru um daga Óláfs konungs Haraldssonar ok hans urðu heimuligir vinir." Er þar nefndur til sögu Þórður Kolbeinsson sem „var skáld mikit ok helt sér mjök fram til virðingar. Var hann jafnan útanlands vel virðr af meira háttar mönnum sakar menntanar sinnar."[1] Frami Þórðar verður öðrum ungum mönnum hvatning, þeir vilja njóta sömu virðingar. Leiðin til þess er að fylgja fordæmi Þórðar og fara utan. Einn þeirra er söguhetjan, Björn Arngeirsson. Hann beiðir frænda sinn, Skúla Þorsteinsson á Borg, liðsstyrks til utanferðar. Þar segir: „Skúli tók því vel, sagði, sem satt var, at þeir menn fengu margir framkvæmð, at miklu váru síðr á legg komnir en hann".[2] Af þessu má ráða að Skúli lítur á utanferðina sem leið til frama.

Þórður og Björn eru metnaðargjarnir menn. Þeir bera sig eftir virðingu og hana öðlast þeir erlendis. Björn þarf ekki lengi að bíða hennar. Fyrst er hann við hirð Eiríks jarls í Noregi, en þaðan fer hann „með kaupmönnum austr í Garðaríki á fund Valdimars konungs. Var hann þar um vetrinn í góðu haldi, með tignum mönnum, því at öllum fellu

---

[1] *Íslendinga sögur III. Snæfellinga sögur*, útg. Guðni Jónsson (Reykjavík, 1946), bls. 191.
[2] *Íslendinga sögur III*, bls. 193.

vel í skap hættir hans ok skaplyndi."[3] Í þessu felst frami Bjarnar, að tignum mönnum skuli líka við hann. Hann sækist eftir því að komast í tæri við slíka menn og ferðast frá einni hirð til annarrar í því skyni. Á Englandi fær hann góða virðingu með Knúti konungi hinum ríka.[4] Að lokum fer hann hins vegar til Noregs og kemst í kynni við Ólaf konung helga. Er það eflaust tilefni þess að sagan var rituð, því að um samskipti Bjarnar og Ólafs er rætt í nokkrum handritum Ólafs sögu.[5] Hér verður sannfræði Bjarnar sögu ekki rædd frekar, né heldur einstakir atburðir sögunnar. Þar gæti margt hafa skolast til á 200–300 árum. Hins vegar er ástæða til að kanna ritið sem leif um hugarfar á ritunartímanum.[6] Af því má ráða að það skipti máli fyrir gengi manna í lífinu að framast erlendis. Það gerðu menn með því að vera með tignum mönnum og hljóta góða virðingu af þeim. Framinn var ekki óbein afleiðing utanfararinnar, heldur beinlínis tilgangur hennar.

Hér er ástæða til að staldra við og velta fyrir sér hvað við getum lært af sögu Bjarnar Hítdælakappa. Hvaða ályktanir er hægt að draga af henni? Er hún einsdæmi? Hvers eðlis var sú virðing sem Björn öðlaðist í útlöndum? Var hún öðruvísi en vegsemdir sem menn hlutu heima fyrir? Hvaða áhrif hafði virðing að utan á félagslega stöðu manna heima fyrir? Kom hún þjóðfélaginu í uppnám eða hafði hún e.t.v. lítil áhrif?

Björn Hítdælakappi var ekki eini Íslendingurinn sem fór utan til að öðlast virðingu hjá fyrirmönnum. Þvert á móti virðist þetta vera eitt algengasta tilefni utanlandsferða, ef marka má Íslendingasögur og konungasögur. Frá viðskiptum Bjarnar við Ólaf helga segir í AM 61 fol., Ólafs sögu Tryggvasonar hinni mestu. Svo vill til að þar er einnig sagt frá Ögmundi nokkrum dytt, sem virðist fara utan af svipuðu tilefni og Björn. Líkt og í Bjarnar sögu er tekið fram að margir hafi far-

---

[3] *Íslendinga sögur III*, bls. 199–200.
[4] *Íslendinga sögur III*, bls. 204.
[5] *Saga Óláfs konungs hins helga. Den store saga om Olav den hellige efter pergamenthåndskrift i Kungliga biblioteket i Stockholm nr. 2 4to med varianter fra andre håndskrifter* (Norsk historisk kjeldeskrift-institutt, 53), útg. Oscar Albert Johnsen og Jón Helgason (Oslo, 1941), bls. 766–67.
[6] Bjarnar saga er jafnvel ekki rituð fyrr en um 1300, sbr. Bjarni Guðnason, „Aldur og einkenni Bjarnar sögu Hítdælakappa." *Sagnaþing helgað Jónasi Kristjánssyni sjötugum 10. apríl 1994* (Reykjavík, 1994), bls. 69–85.

ið utan sem ekki séu mannvænlegri en Ögmundur.[7] Þetta stef má finna í fleiri sögum. Í Gunnlaugs sögu segir frá skáldi sem hefur svipaðan hátt á og Björn, ferðast á milli konungshirða til að komast í kynni við tignarmenn. Í upphafi segir frá því að þegar „Gunnlaugr var tólf vetra gamall, bað hann föður sinn fararefna, ok kvaðst hann vilja fara útan ok sjá sið annarra manna." Höfðingi sem Gunnlaugur vill mægjast við kemst að þeirri niðurstöðu að „Gunnlaugr skal fara útan ok skapa sik eftir góðra manna siðum, en ek skal lauss allra mála, ef hann kemr eigi svá út eða mér virðist eigi skapferði hans."[8] Hér er utanferðin eins konar námsferð, Gunnlaugur á að læra að hegða sér eins og erlendir höfðingjar. Þetta virðist hafa skipt máli. Í Eyrbyggja sögu er Arnbjörn Ásbrandsson borinn saman við bróður sinn og geldur þess að hafa ekki verið með höfðingjum erlendis: „Björn, bróðir hans, var áburðarmaðr mikill, er hann kom út, ok helt sik vel, því at hann hafði samit sik eftir sið útlenzkra höfðingja. Var hann maðr miklu fríðari en Arnbjörn, en í engu var hann ógildari maðr, en reyndr miklu meir í framgöngu, er hann hafði framit sik útanlands."[9]

Vel má kalla frásagnir af þessu tagi ritklif eða bókmenntaminni, ef þess er jafnframt gætt að þær spretta úr þjóðfélagslegum veruleika samtímans. Lýsingin á ferðum Hrafns Sveinbjarnarsonar (d. 1213) erlendis er væntanlega sannferðugri þar sem á ferð er samtímafrásögn. Að öðru leyti er hún ekki frábrugðin því sem segir um hetjur Íslendingasagna. „Hrafn var útan einn vetr ok var á hendi tignum mönnum ok þótti mikils verðr, hvar sem hann kom, fyrir íþrótta sakir."[10] Þetta orðalag minnir á það hvernig Þórði Kolbeinssyni er lýst í Bjarnar sögu Hítdælakappa. Enda er ljóst að þegar verið er að lýsa metnaði Þórðar, þá má heimfæra þá lýsingu upp á marga samtíðarmenn hans. Þórður hlýtur frama vegna „menntanar sinnar", líkt og Hrafn Sveinbjarnarson er virtur „fyrir íþrótta sakir". Báðir búa þessir menn yfir kunnáttu sem

---

7 *Óláfs saga Tryggvasonar en mesta* (Editiones Arnamagnæanæ. Series A, vol. 1–2), útg. Ólafur Halldórsson, 2 bindi (Kaupmannahöfn, 1958–61), II, bls. 2.
8 *Íslendinga sögur II. Borgfirðinga sögur*, útg. Guðni Jónsson (Reykjavík, 1946), bls. 322, 330.
9 *Íslendinga sögur III*, bls. 105.
10 *Hrafns saga Sveinbjarnarsonar*, útg. Guðrún P. Helgadóttir (Oxford, 1987), bls. 3.

gagnast þeim betur í útlöndum en í heimkynnum sínum. Þeir hafa aflað með henni erlends gjaldeyris, virðingar tignarmanna, sem á að nýtast þeim í lífsbaráttunni.

Jarteinir um virðingu

Hrafn Sveinbjarnarson fór ungur utan „ok fekk góða virðing í öðrum löndum af höfðingjum, sem vitni bar um þær gersimar, er Bjarni biskup sendi honum, sonr Kolbeins hrúgu ór Orkneyjum, út hingat: þat fingrgull, er stóð eyri, ok var merktr á hrafn ok nafn hans, svá at innsigla má með. Annan hlut sendi biskup honum, söðul góðan, ok inn þriðja hlut, steinklæði."[11] Þessir hlutir eru jarteinir um frama Hrafns. Þeir sanna að hann nýtur virðingar höfðingja.

Þegar Gunnar á Hlíðarenda ríður til þings, ásamt félögum sínum, „þá váru þeir svá vel búnir, at engir váru þeir, at jafnvel væri búnir, ok fóru menn út ór hverri búð at undrast þá."[12] Ekki er að vísu nánar greint frá því hvað það var í búnaði Gunnars og félaga sem fékk svo mikla athygli, en nærtækt er að ætla að erlendur búnaður eða gripir veki undrun. Þegar Bolli Bollason snýr heim til Íslands á eigin skipi er dvalið lengi við búnað hans og þar er ljóst hvað vekur athygli. Bolli er einn margra glæsilegra frænda sem hafa siðað sig við hirðir konunga og bera þess allir merki í ytri búnaði.[13] Sagt er að „Bolli hafði mikit fé út ok marga dýrgripi, er höfðingjar höfðu gefit honum. Bolli var svá mikill skartsmaðr, er hann kom út ór för þessi, at hann vildi engi klæði bera nema skarlatsklæði ok pellsklæði, ok öll vápn hafði hann gullbúin. Hann var kallaðr Bolli inn prúði." Síðan er því lýst er hann ríður frá skipi við tólfta mann. „Þeir váru allir í skarlatsklæðum fylgðarmenn Bolla ok riðu í gyldum söðlum. Allir váru þeir listuligir menn, en þó bar Bolli af. Hann var í pellsklæðum, er Garðskonungr hafði gefit honum. Hann hafði yzta skarlatskápu rauða. Hann var gyrðr Fótbít,

---

11 *Hrafns saga Sveinbjarnarsonar*, bls. 2–3.
12 *Íslendinga sögur XI. Rangæinga sögur*, útg. Guðni Jónsson (Reykjavík, 1947), bls. 71.
13 Ármann Jakobsson, „Konungasagan Laxdæla." *Skírnir*, 172 (1998), 357–83.

ok váru at honum hjölt gullbúin ok meðalkaflinn gulli vafiðr. Hann hafði gyldan hjálm á höfði ok rauðan skjöld á hlið ok á dreginn riddari með gulli. Hann hafði glaðel í hendi, sem títt er í útlöndum. Ok hvar sem þeir tóku gistingar, þá gáðu konur engis annars en horfa á Bolla ok skart hans ok þeira félaga."[14]

Klæði Bolla eru eflaust glæsileg, en gildi þeirra er einnig táknrænt. Það skiptir líka máli hvaðan þau eru komin. Þau eru gjafir frá höfðingjum og er Miklagarðskeisari (Garðskonungur) þar sérstaklega nefndur, en hann vissu Íslendingar ríkastan konung úti í löndum. Með því að bera klæði sem eru gjöf frá honum hefur Bolli fengið hlutdeild í virðingu þessa tignarmanns.

Að sjálfsögðu er lýsing Bolla fegruð. Í samtímanum eru dæmi um að menn hafi komið félausir úr Miklagarði, t.d. Sigurður grikkur Oddsson, sem var á Íslandi skömmu fyrir 1200. En þótt fært sé í stílinn, þá er ekki grundvallarmunur á Bolla og Sigurði. Sigurður líkist kannski ekki Bolla Bollasyni hvað varðar glæsibrag, en hann vanrækti samt ekki að taka með sér jartein úr Miklagarði, sverðið Brynjubít, sem varð eftirsótt af íslenskum höfðingjum.[15]

Í Hrafnkels sögu er mun fáorðari lýsing á Eyvindi Bjarnasyni sem verið hafði í Miklagarði og fengið þar góðar virðingar af Grikkjakonungi. Þó er tekið fram að hann og fjórir förunautar hans voru „allir í litklæðum ok riðu við fagra skjöldu" þegar hann kemur út eftir sjö vetra dvöl. Þó er ekki minna um vert að „Eyvindr hafði mikit við gengizt um menntir ok var orðinn inn vaskasti maðr."[16] Ekki segir nánar frá því hverjar þær menntir voru en væntanlega hefur hann samið sig eftir sið útlenskra manna, engu síður en Björn Hítdælakappi. Hegðun er ekki síðri jartein um erlendan frama en búnaður.

Má líta á gripi og gjafir frá erlendum tignarmönnum sem erlendan

---

[14] *Íslendinga sögur IV. Breiðfirðinga sögur*, útg. Guðni Jónsson (Reykjavík, 1946), bls. 235.

[15] *Sturlunga saga*, útg. Jón Jóhannesson, Magnús Finnbogason og Kristján Eldjárn, 2 bindi (Reykjavík, 1946), I, bls. 198–99, 260–61. Sigurður sækir í giftar konur og skiptir þar erlendur frami greinilega einnig máli!

[16] *Íslendinga sögur X. Austfirðinga sögur*, útg. Guðni Jónsson (Reykjavík, 1947), bls. 108–9.

gjaldeyri sem dugði til að kaupa mönnum stuðning innanlands? Sá gjaldeyrir hefur þá einkum verið táknrænn og til vitnis um mannvirðingu sem hlotist hafði erlendis. Það eru ekki gripirnir heldur hin erlenda mannvirðing, sem þeir eru til vitnis um, sem er verðmæt. Í áðurnefndum þætti í Ólafs sögu Tryggvasonar brýnir höfðinginn Víga-Glúmur fyrir Ögmundi frænda sínum að meira sé um vert „að þú fengir heldur af förinni sæmd og mannvirðing en mikið fé, ef eigi er hvárstveggja kostur."[17]

Þær eru margar sögurnar sem leggja áherslu á nytsemi utanlandsferða til að afla mönnum sæmdar og mannvirðingar. Á því eru þó undantekningar, t.d. Egils saga. Egill Skalla-Grímsson kom vissulega út með ógrynni fjár, „en ekki er þess getit, at Egill skipti silfri því, er Aðalsteinn konungr hafði fengit honum í hendr, hvárki við Skalla-Grím né aðra menn."[18] Níska Egils er eftirtektarverð þar sem höfðingjar voru vanir að deila gripum sem þeir fengu erlendis með öðrum. Þannig gátu þeir sýnt örlæti sitt og borist á. Egill virðist ekki hafa haft slíkan metnað. Hann var ekki „íhlutunarsamr um mál manna ok ótilleitinn við flesta menn, þá er hann var hér á landi."[19] Hann hefur aflað sér bæði fjár og virðingar við hirð Aðalsteins Englandskonungs, en nýtir hvorugt sér til framdráttar á Íslandi. Dæmi Egils er þó fyrst og fremst eftirtektarvert vegna þess að það er sjaldgæft. Hann er undantekningin sem sannar regluna.

Suðurgöngur: Sáluhjálp eða virðing?

Gripir frá Garðskonungi eru þær jarteinir sem mestum ljóma varpa yfir spjátrunginn Bolla Bollason. Þeir eru til marks um að hann hafi komist til fjarlægari landa en flestir þeir Íslendingar sem leituðu frama erlendis. Nærtækt er að ætla að fjarlægðin hafi þá sem síðar gert menninna mikla, a.m.k. virðist sérstök virðing hafa verið fólgin í ferð-

---

[17] *Óláfs saga Tryggvasonar en mesta*, II, bls. 2.
[18] *Íslendinga sögur II*, bls. 153.
[19] *Íslendinga sögur II*, bls. 218.

um suður á bóginn. Í hverju var hún fólgin? Hvað var það í suðri sem varpaði ljóma á ferðalanga sem komu þaðan? Kristnitakan breytti miklu fyrir heimsmynd norrænna manna. Á árdögum kristni á Norðurlöndum urðu tengslin við Rómaborg náin og sagt er frá mörgum norrænum mönnum sem ferðuðust þangað. Fyrsta ferðin sem studd er rækilega af heimildum er ferð Knúts ríka Danakonungs 1026–1027.[20] Í sagnaritum Florentíusar af Worcester (d. 1118) og Vilhjálms af Malmesbury (d. 1143) er birt bréf sem Knútur sendi engilsaxneskum þegnum sínum. Þar leggur hann áherslu á að Jóhannes páfi, Konráð keisari og fleiri konungar hafi allir tekið vel á móti sér og gefið sér gjafir, „maxime autem ab imperatore donis uariis et muneribus pretiosis honoratus sum, tam in uasis aureis et argenteis. quam in palliis et vestibus ualde pretiosis." Í Fagurskinnu og Knýtlinga sögu kemur fram að hann hafi tekið af fé keisarans, eins og hann þurfti, en einnig er gjafmildi Knúts sjálfs lýst. Örlæti hans er einnig lofað í Gesta Cnutonis sem rituð var skömmu eftir lát Knúts, um 1040, en aðeins í Knýtlinga sögu er sérstaklega minnst á örlæti hans við menn „af danskri tungu" í Róm.[21]

Kalla má Rómarferð Knúts pílagrímsferð, en ekki er þó dvalist við andleg efni í lýsingum á henni. Knútur sýnir guðrækni sína með gjafmildi, en hann hefði sýnt stórlæti sitt með sama hætti. Stuðningur hans við menn „af danskri tungu" er til vitnis um tilkall hans til yfirráða yfir öllum konungsríkjum á Norðurlöndum og um þann veglega sess sem ríki hans skipaði í Evrópu.

Sjálfur hlýtur Knútur hins vegar virðingu af þeirri gjafmildi sem aðrir konungar auðsýna honum og þó einkum keisarinn. Veldi Þýskalandskeisara stóð þá sem hæst og að njóta hylli hans virðist á köflum hafa skipt meira máli en vinátta sjálfs páfans, enda þótt hann gleymist heldur ekki. Rómarferð Knúts aflaði honum sömu

---

[20] Ove Moberg, „Två historiografiska undersökningar. 1. Knut den Stores romresa. 2. Danernas kristnande i den isländska litteraturen." *Aarbøger for nordisk Oldkyndighed og Historie* (1945), 5–45.
[21] Moberg, „Två historiografiska undersökningar", bls. 22.

gæða og ferðir íslenskra skálda til erlendra hirða, virðingar hjá erlendum fyrirmönnum. Fé og fögur klæði voru jarteinir um þá virðingu.

Til lengdar dugði Róm þó ekki norrænum konungum. Í Eiríksdrápu Markúsar Skeggjasonar (d. 1107) er sagt frá ferðum Eiríks Sveinssonar Danakonungs (d. 1103) austur og suður. Hann kveður um það þegar „auði gæddu allvald prúðan / ítrir menn, þeirs hnøggvi slíta" í Görðum (Rússlandi). Svipaða sögu er að segja frá Frakkakóngi og Þýskalandskeisara. „Blíðan gæddi björtum auði / Bjarnar hlýra Frakklands stýrir; / stórar lét sér randgarðs rýrir / ríks kcisara gjafar líka." Hámarki nær þó virðing Eiríks þegar hann fer til Miklagarðs: „Hildingr þá við hæst lof aldar / höfgan auð í golli rauðu, / halfa lest, af harra sjálfum / harða ríkr í Miklagarði; / áðan tók við allvalds skrúði, / (Eiríki þó vas gefit fleira), / reynir veitti herskip honum / hersa máttar sex ok átta."[22] Krossferðirnar opnuðu norrænum mönnum leið til landa í suðri, sem höfðu um hríð verið þeim lokuð. Konungurinn, sem íslenskir hirðmenn sóttu virðingu til, gat aukið eigin virðingu hjá erlendum jafningjum, en sótti þó mest til ríkari konunga í suðri. Gjafir og gersemar voru svo til vitnis um framann.

Fyrstu pílagrímsferðirnar til Landsins helga sem ítarlega er lýst í norrænum sögum eru ferðir Eiríks Danakonungs og Sigurðar Noregskonungs í upphafi 12. aldar. Eiga þær lýsingar sammerkt að þar er mjög dvalist við viðtökurnar sem þeir fengu í Miklagarði og samskipti þeirra við Alexios keisara (d. 1118), en minna segir frá trúarupplifun þeirra í Jórsalaborg. Í Morkinskinnu er raunar umtalsverðu rými varið til að lýsa bardögum Sigurðar við heiðingja, en í Ágripi af Noregskonunga sögum er greint frá því að hann baðst fyrir hjá krossinum helga. Mestu máli virðist samt skipta að hann sætti mikilli tign í Jórsölum „ok þá þar dýrligar gørsimar", og einnig er minnt á að í Miklagarði hlaut hann „mikla tígn af viðrtöku keisarans ok stórar gjafar".[23] Það

---

[22] *Den norsk-islandske skjaldedigtning*, útg. Finnur Jónsson, 4 bindi (Kaupmannahöfn, 1912–15); *800–1200, B. Rettet text*, I, bls. 414–20.

[23] *Ágrip af Nóregskonunga sögum. Fagrskinna – Nóregs konunga tal* (Íslenzk fornrit, XXIX), útg. Bjarni Einarsson (Reykjavík, 1985), bls. 47–49.

sem Knútur ríki sótti til Rómar á 11. öld, finna norrænir konungar í Miklagarði 80 árum síðar.

Konungar sækja ekki einungis viðurkenningu á tign sinni til útlanda, heldur einnig menntun af vissu tagi. Oddur munkur segir að Ólafur Tryggvason hafi í æskuútlegð sinni í Garðaríki „numit allan riddarligan hátt ok orrostulega speki, svá sem þeir menn er kunnstir voru ok hraustastir at fylla þá sýslu."[24] Það eru ekki einungis íslensk höfðingjaefni sem framast við að semja sig að góðra manna siðum erlendis, útlend konungsefni gera það líka.

Hákon Hákonarson, konungur í Noregi 1217–1263, er talinn frumkvöðull að því að flytja evrópska hirðmenningu til Noregs. Frá því að hann kom til valda í Noregi leið varla ár án þess að sendimenn konungs væru á ferðinni einhvers staðar í Evrópu.[25] Einkum voru það þó önnur Norðurlönd, Skotland og England sem norska hirðin átti reglubundin samskipti við. Þau lönd voru athafnasvæði norrænna manna. En Hákon horfði einnig lengra út í heim. Í Hákonar sögu Sturlu Þórðarsonar segir frá samskiptum Hákonar og Friðreks keisara „yfir Rómaborgarríki". Þýskur sendimaður ferðaðist reglulega milli konungs og keisara. „Af þessu varð in mesta vinátta með keisara ok Hákoni konungi", segir í Hákonar sögu.[26] Keisarinn lofar því „at meiri mundi hann göra sæmð Hákonar konungs en annarra höfðingja á Norðrlöndum" en deyr skömmu eftir það og sendimenn Hákonar fá ekki „þau örendislok, sem þeir mundu fengit hafa, ef keisarinn hefði lifat."[27] Ekki er ljóst hvernig keisarinn á að geta aukið sæmd Hákonar, þar sem hann réð ekki yfir Norðurlöndum. Ein skýring getur verið sú að vinátta við keisarann hefði fært honum táknrænan styrk, sem

[24] *Saga Ólafs Tryggvasonar af Oddr Snorrason munk*, útg. Finnur Jónsson (Kaupmannahöfn, 1932), bls. 28.
[25] Um slíkar sendiferðir sjá einkum Richard I. Lustig, „Some views on the Norwegian foreign service: 1217–1319." *Mediaeval Scandinavia*, 11 (1978–79), bls. 212–41.
[26] *Icelandic sagas and other historical documents relating to the settlements and descents of the Northmen on the British Isles. II. Hakonar saga and a fragment of Magnus saga* (Rerum Britannicarum medii ævi scriptores, 88), útg. Guðbrandur Vigfússon (London, 1887), bls. 169–70.
[27] *Icelandic sagas and other historical documents*, bls. 269–70.

hefði eflt stöðu hans gagnvart nágrannakonungum. Að sjálfsögðu fékk Hákon jarteinir um vináttu sína við keisarann. Sumarið 1241 kom til Hákonar í Konungahellu „sá maður er Matheus hét, sendr af Friðreki keisara með mörgum ágætum gjöfum. Með hónum kómu útan fimm blámenn."[28] Návist þessara framandi manna hefur fært hirð Noregskonungs brot af dýrð Suðurlanda.

Loðinn leppur (d. 1288) var í hópi þeirra sendimanna Hákonar konungs sem héldu hvað lengst suður á bóginn, m.a. til soldánsins í Túnis.[29] Í Árna sögu biskups segir frá því þegar Loðinn kom til Íslands með Jónsbók sumarið 1280. Þar segir: „Loðinn þessi hafði verit nokkorum sinnum með sendingum Magnúsar kóngs til ýmissra landa ok svá út í Babiloniam. Var hann af þessu mjök frægr."[30] Frægð Loðins stafar líklega ekki af því að hann hafi verið í mörgum sendiferðum, því að það höfðu fleiri. Hann hafði hins vegar komið á óvenjulega staði. Hvorki Spánn né Túnis hafa verið í alfaraleið norrænna manna á 13. öld.[31] Loðinn hafði hlotið glæstar móttökur við hirðir ríkra konunga og bar ekki mikla virðingu fyrir íslenskum búkörlum.

Suðurgöngur efldu ekki einungis konunga heldur einnig metnaðargjarna höfðingjasyni frá Íslandi. Gissur Hallsson (d. 1206) í Haukadal „var betr metinn í Róma en nökkurr íslenzkr maðr fyrr honum af mennt sinni ok framkvæmð. Honum varð víða kunnigt um suðurlöndin, ok þar af gerði hann bók þá, er heitir Flos peregrinationis."[32] Sú bók er sennilega leiðarvísir fyrir pílagríma, af svipuðu tagi og sá texti sem varðveist hefur eftir Nikulás ábóta (d. 1159).[33] Ef marka má stutt-

---

[28] *Icelandic sagas and other historical documents*, bls. 237.
[29] *Icelandic sagas and other historical documents*, bls. 325.
[30] *Árna saga biskups* (Stofnun Árna Magnússonar á Íslandi. Rit, 2), útg. Þorleifur Hauksson (Reykjavík, 1972), bls. 71.
[31] Höfuðborg soldánanna í Egyptalandi, al-Qahirah eða Kairó, nefnist Babýlon í evrópskum miðaldaritum. Má ætla að átt sé við dvöl Loðins hjá soldáninum í Túnis þegar minnst er á ferð hans til Babýlon. Trúlega hefur íslenskur sagnaritari ekki verið mjög fróður um muninn á Túnis og Egyptalandi.
[32] *Sturlunga saga*, I, bls. 60.
[33] Joyce Hill hefur ritað um þann hluta Leiðarvísis Nikulásar ábóta sem segir frá ferðum hans um Suður-Ítalíu. Telur hún ferðina hafa stuðlað að því að gera Nikulás að ábóta að Munkaþverá. „The prestige and reputation for sanctity which accrued to those who made the pilgrimage from Scandinavian lands probably

orða lýsingu Sturlungu er sá ávinningur sem Gissur Hallsson fékk af ferðinni mjög tengdur aukinni virðingu hans og frama.

Í Brennu-Njáls sögu eykur yfirbót Flosa Þórðarsonar á Svínafelli jafnframt virðingu hans. Í Rómaborg „fekk hann svá mikla sæmð, at hann tók lausn af sjálfum páfanum, ok gaf hann þar til mikit fé. Hann fór þá aftr hina eystri leið ok dvalðist víða í borgum ok gekk fyrir ríka menn ok þá af þeim mikla sæmð."[34] Iðrunarganga Flosa færir honum greinilega annað og meira en sáluhjálp, félagsleg staða hans (sæmdin) eflist við hana. Í Guðmundar sögu Arngríms Brandssonar ábóta (d. 1361), sem rituð er um 1350, er páfagarði lýst sem erilsömu stjórnunarsetri og er hermt „að sjálfir konúngarnir bíði ár eðr tvau, áðr þeir sjái herra páfann, eðr sín eyrindi fá".[35] Með hliðsjón af því er sæmd sú, sem Flosi á að hafa hlotið, mikil og eftirtektarverð.

Í Kristni sögu og Flateyjarbók segir frá ferðum Þorvalds víðförla í austurvegi og starfi hans þar til eflingar guðs kristni. Í sögu Ólafs Tryggvasonar (frá 14. öld) eru metorð hans hins vegar af öðrum toga:

> Tók sjálfr stólkonungrinn við honum með mikilli virðing ok veitti honum margar vingjafir ágætar, þvíat svá var guðs miskunn honum nákvæm, ok flaug hans frægð fyrir alþýðu hvar sem hann kom, at hann var virðr ok vegsamaðr svá af minnum mönnum sem meirum sem einn stólpi ok upphaldsmaðr réttrar trúar ok svá sæmðr sem dýrðarfullr játari várs herra Jesú Kristi af sjálfum Miklagarðskeisara ok öllum hans höfðingjum ok eigi síðr af öllum biskupum ok ábótum um allt Grikkland ok Sýrland. Allra mest var hann tignaðr um Austrveg þangat sendr af keisaranum svá sem foringi eðr valdsmaðr skipaðr yfir alla konunga á Ruzlandi ok í öllu Garðaríki.[36]

influenced his selection." Sbr. „From Rome to Jerusalem: An Icelandic Itinerary from the mid-twelfth Century." *Harvard Theological Review*, 76:2 (1983), 175–203 (bls. 177).

34 *Íslendinga sögur XI*, bls. 432.
35 *Biskupa sögur*, útg. Jón Sigurðsson og Guðbrandur Vigfússon, 2 bindi (Kaupmannahöfn, 1858–78), II, bls. 121–24.
36 *Óláfs saga Tryggvasonar en mesta*, I, bls. 300.

Ýkjusögur af þessu tagi segja fátt um ævi Þorvalds víðförla í lok 10. aldar, en þær sýna hvað íslenskir 14. aldarmenn töldu að gæti beðið landa sinna suður í löndum.[37] Af þeim dæmum sem hér hafa verið rakin má ráða að pílagrímsferðir höfðu að sumu leyti svipaðan tilgang og ferðir til hirða konunga og veraldarhöfðingja. Virðing manna jókst af þeim, Þýskalandskeisari var nálægur í Róm og í Miklagarði var stólkonungurinn, fremsti konungur veraldar. Fastur liður í Jórsalaferðum mikilmenna er að ganga á fund stólkonungsins og þiggja sæmdir af honum.

Í kennslubók í guðfræði sem snemma var snúið á íslensku, Elucidariusi, er ekki mælt með pílagrímsferðum, „betra er at gefa aumum mönnum þat fé er til fararinnar þarf at hafa".[38] Eftir sem áður hafa pílagrímsferðir þó verið ein besta leið manna til að sanna trúrækni sína. Eftir fráfall Arons Hjörleifssonar (d. 1255) var það honum helst talið til tekna að hafa farið til Jórsala og heimsótt þar gröf Krists og marga aðra heilaga staði og vinur Arons, Ólafur Þórðarson, orti vísu um ferðina.[39] Annar Íslendingur, Sighvatur Böðvarsson, gerðist virðingarmaður við hirð Hákonar konungs 1262–1263, en eftir lát konungs fékk hann ekki að fara heim aftur til Íslands, „[u]ndi hann þá eigi í Nóregi, ok fór hann ór landi ok ætlaði út í Jórsalaheim. En er hann kom í Rauðahafit, tók hann þar sótt ok andaðisk sjau nóttum fyrir Mikjálsmessu, ok þótti at honum mikill skaði."[40] Sighvatur fær ekki þær mannvirðingar heima fyrir sem hann kýs helst, en á ennþá möguleika á að efla stöðu sína með Jórsalaför.

[37] Guðbrandur Vigfússon taldi að það væri „án efa tilhæfa í því, að Þorvaldr hafi stofnað ágætt múnklífi, og orðið frægr í Austrlöndum. Rússland tók kristni frá Miklagarði, svo það er líklegt að Þorvaldr gæti hafa verið sendr til Rússlands frá stólkonúnginum, nema hvað hér mun nokkuð öfgað um dýrð hans og frægð." *Biskupa sögur*, I, bls. 48. Hér má þó benda á að elstu sögur af Þorvaldi eru skráðar 300 árum eftir fall Ólafs konungs. Rússland tók vissulega rétttrúnaðarkristni á 10. öld. Hins vegar er enginn dýrlingur í Austurvegi sem mögulega gæti verið Þorvaldur og engar rússneskar heimildir segja frá manni sem var skipaður yfir alla konunga í Garðaríki.
[38] *Elucidarius in Old Norse translation* (Stofnun Árna Magnússonar á Íslandi. Rit, 36), útg. Evelyn Scherabon Firchow og Kaaren Grimstad (Reykjavík, 1989), bls. 113.
[39] *Sturlunga saga*, II, bls. 270, 278.
[40] *Sturlunga saga*, II, bls. 226.

Trúin var ekki eitthvað sem leyndist innra með mönnum, hún var sýnileg í athöfnum þeirra og verkum. Trúin birtist í bænum og skriftum, í gjöfum sem menn gáfu kirkjunni, í rækt við boðorðin og, síðast en ekki síst, í ferðum á helga staði. Að fara til Rómar til dýrðar guði var merkilegra en að fara til messu í sóknarkirkjunni og enn merkilegra var að fara alla leið til Miklagarðs og Jórsala.

Hreyfing í rúmi og samfélagi

Hrafns saga Sveinbjarnarsonar fjallar um mann sem ekki sækist eftir virðingu að utan. Hrafn heitir á Tómas erkibiskup í Kantaraborg við rostungsveiðar og fer til Englands til að efna heitið. Þaðan heldur hann suður á bóginn og að lokum til Rómar. Þegar hann sækir heim dýrlinginn Egidius í Ílansborg (St. Gilles), sem veitir mönnum eina bæn, þá

> bað Hrafn þess guð almáttkan, at af verðleikum Egidii skyldi hvárki fjárhluti né þessa heims virðing svá veita honum, at þeir hlutir hnekkti fyrir honum fagnaði himinríkis dýrðar. Ok þat hyggjum vér, at Kristr veitti honum þetta, því at Hrafn hafði nær alla hluti til þess, at hann mætti mikill höfðingi sýnask, en þeygi var sá orðrómr á af alþýðu manna hér á landi um hans virðing, sem oss sýndisk hann til vinna, því at vér sám nökkura menn þá meiri virðing hafa af alþýðu, er minna unnu til virðingarinnar.[41]

Hrafn sækist eftir dýrð annars heims en ekki þessa. Dæmi hans virðist samt einkum hafa gildi sem undantekning sem sannar almenna reglu. Það er einungis fyrir eigin tilstilli að Hrafn fær ekki þá virðingu sem honum ber. Að öðrum kosti hefði mátt búast við því að utanferðin hefði bætt veraldargengi hans.

Jórsalaför Rögnvalds kala Kolssonar (d. 1158), jarls í Orkneyjum, og

---

[41] *Hrafns saga Sveinbjarnarsonar*, bls. 4.

manna hans er dæmi um suðurgöngu sem virðist ekki spretta af andlegum hvötum. Eindriði ungi, heimkominn málaliði úr Miklagarði, hvetur hann til ferðarinnar með þessum orðum: „Þat þykki mér undarligt, jarl, er þú vill eigi fara út í Jórsalaheim ok hafa eigi sagnir einar til þeira tíðenda, er þaðan eru at segja. Er slíkum mönnum bezt hent þar sakar yðvarra lista; muntu þar bezt virðr, sem þú kemr með tignum mönnum."[42] Þegar komið er til Miklagarðs var Rögnvaldi og félögum hans vel fagnað af keisaranum og dveljast þar lengi „í allgóðum fagnaði" en þó er meira um vert að þegar heim er komið „varð þessi ferð in frægsta, ok þóttu þeir allir miklu meira háttar menn síðan, er farit höfðu."[43] Virðing sú sem jarlinn og félagar hans fá af ferðinni er umtalsverðari en sú sáluhjálp sem á að fylgja pílagrímsferð.

Ferðalög voru jafnan forréttindi þeirra sem mest máttu sín og því eftirsóknarverð leið til að sýna mannamun. Á hámiðöldum jukust ferðalög milli konungshirða, en samtímis eru það meiri virðingarmenn sem fara í þau. Þannig kynntust fyrirmenn af ólíku þjóðerni, en jafnframt varð munurinn skýrari á þeim og hinum sem ekki gátu ferðast.[44] Ferðalögin urðu hluti af uppeldi evrópskra aðalsmanna og enn ein leið til að skera sig úr fjöldanum.

Í kaupmannaþætti Konungsskuggsjár kemur fram að ferðalög eru forsenda þess að menn geti látið sjá sig við hirðir konunga, eða eins og sagt er: „Með því at ek em nú á léttazta aldri þá fýsumst ek at fara landa meðal þvíat ek treystumst eigi til hirðar leita fyrr en ek hefða séð annarra manna siðu áðr."[45] Vitund manna um nytsemi ferðalaga er fyrir hendi, a.m.k. frá því að Íslendingar fara að skrifa bækur. Slíkra hugmynda verður vart í Hávamálum og kvæði Sighvats Þórðarsonar frá 11. öld.[46] Einnig má benda á vísu Eiríks málspaka í Danasögu

---

[42] *Orkneyinga saga* (Íslenzk fornrit, XXXIV), útg. Finnbogi Guðmundsson (Reykjavík, 1965), bls. 194.
[43] *Orkneyinga saga*, bls. 236.
[44] Werner Paravicini, *Die ritterlich-höfische Kultur des Mittelalters* (Enzyklopädie deutscher Geschichte, 32. München, 1994), bls. 92.
[45] *Konungs skuggsjá* (Riksarkivet. Norrøne tekster, 1), útg. Ludvig Holm-Olsen (Oslo, 1983), bls. 4.
[46] Preben Meulengracht Sørensen, *Fortælling og ære. Studier i islændingesagaerne* (Árósum, 1993), bls. 224.

Saxa: „Optavi sapere tantum, discrimina morum / lustravi, varium per loca nactus iter."[47] Eiríkur fer gjarnan með orðskviði og málshætti og má oft þekkja þar norræna alþýðuspeki, þótt í latínugervi sé. Þar með er ekki sagt að ekki verði þróun í viðhorfum Íslendinga til utanferða. Ekki er rætt um mikilvægi þess að siða sig við hirðir tignarmanna í svo gömlum heimildum.

Á 13. öld voru færðar til bókar margar frásagnir af íslenskum bændasonum sem sneru heim sem siðaðir menn eftir að hafa kynnst hirðlífi í nágrannaríkjunum. Fyrstu sögurnar sem fjalla um ferðir til virðingar eru hins vegar af prestum. Í Þorláks sögu segir frá því að eftir að Þorlákur tók vígslu „fýstist hann til utanferðar, ok vildi kanna siðu annarra góðra manna".[48] Sagan af honum er rituð um 1200. Þá þegar hefur þetta þótt ærið tilefni til utanferðar. Svipað orðalag er notað um Jón helga. Sú ástæða er gefin fyrir utanför Jóns að hann „girntist at sjá góðra manna siðu, ok nám sitt at auka, sjálfum sér til nytsemi ok mörgum öðrum, sem síðan reyndist."[49] Hungurvaka og aðrar biskupasögur sem ritaðar eru um 1200 leggja áherslu á að fyrstu biskuparnir, Ísleifur, Gissur og Jón, hafi verið sigldir. Það hefur skipt máli fyrir mat á þeim.

Bandaríski sagnfræðingurinn Stephen Jaeger hefur nýlega sett fram athyglisverðar hugmyndir um það hvernig hirðsiðareglur sem kenna má við hæversku urðu til í Evrópu. Telur hann að þar hafi kirkjunnar þjónar átt frumkvæði, eða öllu heldur þeir þjónar kirkjunnar sem misst höfðu spón úr aski sínum þegar háskólar komu í stað dómskóla sem helstu menntasetur álfunnar. Að mati hans höfðu dómskólar Vestur-Evrópu víðtækara hlutverk en að mennta presta. Þeir bjuggu einnig til stétt lærdómsmanna sem þjónaði við hirðir konunga og stuðlaði að „siðvæðingu" hirðmanna. Bendir Jaeger

---

[47] *Saxonis Gesta Danorum*, útg. Jørgen Olrik & Hans Ræder (Kaupmannahöfn, 1931), bls. 112. „Som man ser har Saxo lagt Erik nogle ord i munden der går ud over den aktuelle situation: Ingen veltalenhed duer uden visdom og den kan erhverves ved at lære andre sæder og skikke at kende." Inge Skovgaard-Petersen, *Da Tidernes Herre var nær. Studier i Saxos historiesyn* (Kaupmannahöfn, 1987), bls. 56.
[48] *Biskupa sögur*, I, bls. 92, 267.
[49] *Biskupa sögur*, I, bls. 154.

einkum á hegðunarreglur í því sambandi, og fylgir þar með í fótspor félagsfræðingsins Norberts Elias. Andstaða klerka við ruddaskap hermanna ól af sér kröfu um tiltekna hegðun og hirðsiði, sem voru kallaðir „kurteisi". Kirkjan barðist gegn ofbeldi gagnvart konum og klerkar í dómskólum skrifuðu um andlega ást og vináttu. Úr þessu sköpuðu hirðsiðameistarar hegðunarreglur um ást sem kenndar voru við hæversku. Klæðnaður, borðsiðir og munnsöfnuður hirðmanna vakti andúð klerka sem þróuðu hugmyndir um mannasiði og sjálfsaga til mótvægis.[50]

Ferðalög voru hluti af þessu hæverskunámi. Eftir því sem ráða má af heimildum voru það klerkar sem fyrstir sáu nauðsyn þess að nema góða siði utanlands. Höfðingjar sem tengdust biskupsstólum komu næstir. Gissur Hallsson er tengdur biskupsstólnum í Skálholti og mun hafa búið þar í biskupstíð Þorláks helga og Páls Jónssonar.[51] Að Gissuri þótti „staðarprýði og hýbýlabót", enda hafði hann haft kynni af erlendum kirkjuhöfðingjum.

Á 13. öld var algengt að íslensk höfðingjaefni væru í hæverskunámi hjá konungi áður en þeir kæmu heim til að taka við mannvirðingum. Jón murti Snorrason, Þórður kakali Sighvatsson, Gissur Þorvaldsson og Þorgils skarði Böðvarsson voru á æskuskeiði þegar þeir fóru utan. Aðrir sem ekki voru jafn ættgöfugir, s.s. Aron Hjörleifsson, ílentust við hirðina. Ef marka má Arons sögu veittu mannvirðingar Arons í Noregi honum tækifæri til að jafna sakirnar við þá sem höfðu hrakið hann úr landi, Sturlunga og ættmenn þeirra.[52]

Má ætla að hirðmennska og dvöl erlendis hafi veitt fleiri bændasonum slík tækifæri? Björn Hítdælakappi kemur ekki úr efstu lögum samfélagsins. Hann er af höfðingjum í móðurætt en faðir hans er smámenni. Hann er ekki umtalsverður nema vegna tengsla við Ólaf helga. Gunnlaugur Ormstunga er sonur næstmesta höfðingja Borgarfjarðar og þykir ekki eins efnilegur og bróðir hans. Hann þarf einnig að sækja

---

[50] Stephen Jaeger, *The Origins of Courtliness. Civilizing Trends and the Formation of Courtly Ideals 939–1210* (Philadelphia, 1985).
[51] *Biskupa sögur*, I, bls. 128–29.
[52] *Sturlunga saga*, II, bls. 274–77.

sér virðingu erlendis. Utanlandsferðin eflir félagslega stöðu þeirra, en þó einkum einn þáttur hennar: Hirðmennska hjá konungi.

Hvaða afleiðingar hafði það að bændasynir gátu öðlast frama með utanferðum og dvöl hjá tignum mönnum? Olli þetta ekki röskun í samfélaginu? Ekki endilega. Hér má líta til Hrafnkels sögu Freysgoða. Þar kemur ókunnur örlagavaldur frá Miklagarði, veitir smámenninu Sámi lið gegn Hrafnkatli og nær að velta höfðingjanum úr sessi. En Hrafnkell er ekki úr sögunni, hann endurheimtir virðingu sína með því að vega annan mann sem öðlast hefur frama í Miklagarði. Framinn sem menn komu með að utan náði stundum að raska valdahlutföllum í samfélaginu, en ekki alltaf eða endanlega.

Í íslensku miðaldasamfélagi áttu efnilegir ungir menn kost á að fara utan til að efla virðingu sína, áður en þeir staðfestust og hæfu lífsbaráttu sína heima fyrir. Takmarkinu var þó ekki náð nema menn fengju sér konu, hæfu búskap og stefndu að áhrifum innan samfélagsins á sama grundvelli og aðrir. Það staðfestir Gunnlaugs saga. Gunnlaugur festir ekki ráð sitt og nær því ekki að nýta sér þann frama sem hann hefur öðlast við hirðir konunga til að verða virðingarmaður á Íslandi.[53] Af því má ráða að þótt skrásetjara Hrafns sögu Sveinbjarnarsonar þyki kynlegt að söguhetjan hafi ekki hlotið þá virðingu sem hann verðskuldaði, og líki því við kraftaverk, þá er dæmi Hrafns ekki einstakt. Hinn táknræni höfuðstóll sem frami að utan veitti mönnum eldi þá í lífsbáráttunni heima fyrir, en losaði þá ekki undan henni.

---

[53] Meulengracht Sørensen, *Fortælling og ære*, bls. 225, 280.

Sólborg Una Pálsdóttir

Hlutu konur enga virðingu?

I

Heiður, virðing, sæmd og sómi byggðist á mati einstaklings á sjálfum sér og mati samfélagsins á einstaklingnum.[1] Í þessum greinum beinum við athygli okkar að félagslegri hlið virðingar, hvernig einstaklingar öðlast heiður í viðureign og samkeppni við aðra og hvernig þeir eru metnir af samfélaginu. Konur áttu vafalítið sína sjálfsvirðingu og voru metnar eftir dyggðum sínum og eiginleikum sem gátu nýst þeim í húsmóðurhlutverkinu, en áttu þær tilkall til félagslegrar virðingar? Í fljótu bragði mætti ætla að svo væri ekki. Konurnar voru yfirleitt útilokaðar frá opinberum athöfnum svo sem þingum, þær fóru ekki með goðorð og voru ekki milligöngumenn. Þær voru ekki með sömu réttindi og karlar og gátu m.a. ekki verið vígsakaraðilar. Það þótti alls ekki viðeigandi að konur bæru vopn eða að til þeirra sæist á vígvellinum.[2] Því er erfitt að ímynda sér að konur hafi staðið fyrir blóðhefndum og þar með liggur beinast við að ætla að þær hafi ekki getað tekið þátt í samkeppninni um heiður. En lítum nánar á málið.

---

[1] Julian Pitt-Rivers, „Honour and Social Status." *Honour and Shame. The Values of Mediterranean Society.* Ed. by J.G. Peristiany (London, 1965), 21.
[2] Sjá t.d. grein Gunnars Karlssonar, „Kenningin um fornt kvenfrelsi á Íslandi." *Saga* (1986), bls. 45–77 og grein Agnesar S. Arnórsdóttur, „Viðhorf til kvenna í Grágás." *Sagnir* (1986), 23–30.

II

William Ian Miller og Jesse L. Byock eru framarlega í flokki þeirra sem rannsaka fæðarkerfið og heiðurshugmyndina eins og hún birtist í Íslendingasögunum. Miller segir að keppnin um heiðurinn hafi byggst á jafnræði keppenda.[3] Höfðingjar hneigðust til að bera sig saman við aðra höfðingja, bændur við aðra bændur og konur við aðrar konur. Einstaklingar gátu þó öðlast meiri heiður eða tapað honum í viðureign við einhverja sem voru utan við hóp þeirra. En þetta þýddi að einstaklingar voru dæmdir eftir gildum sem voru mismunandi eftir hópum.[4] Miller virðist því horfa á konur sem einn hóp og að þær hafi helst borið sig saman hver við aðra jafnvel þótt staða kvenna hljóti að hafa verið mjög mismunandi. Erfitt er að átta sig á því hvort Miller er að gefa í skyn að konur hafi átt heiður en í bók sinni *Humiliation* lætur hann í það skína að svo hafi verið. Í bókinni *Bloodtaking and Peacemaking* finnst honum aftur á móti rétt að hnykkja á því að þegar hann noti orðið „maður" eigi hann við karlmann, ekki persónu, enda sé heimur sagnanna aðallega „heimur karlmannsins".[5]

Jesse L. Byock er jafnvel enn fáorðari en Miller um heiður, eða meintan heiður, kvenna í bók sinni *Medieval Iceland. Society, Sagas, and Power*. Konur höfðu, að hans áliti, hlutverki að gegna í fæðardeilum en eingöngu sem áhrifavaldar um lausn eða framlengingu þeirra. Konurnar náðu oft sínu fram með því að hvetja, egna og æsa upp ættmenn sína til framkvæmda.[6] Árið 1999 kom bókin út á dönsku og bar þá heitið *Island i sagatiden. Samfund, magt og fejde*. Bókin var ekki aðeins

---

[3] Um fæðardeilur og blóðhefnd (e. *feud* og *blood-feud*) og fæðarkerfi sjá Helgi Þorláksson, „Hvað er blóðhefnd?" *Sagnaþing helgað Jónasi Kristjánssyni sjötugum 10. apríl 1994* (Reykjavík, 1994), 389–414.

[4] *Law and Literature in Medieval Iceland: Ljósvetninga saga and Valla-Ljóts saga*. Translation and introduction: Theodore M. Andersson & William Ian Miller (Stanford, 1989), 56.

[5] William Ian Miller, *Bloodtaking and Peacemaking. Feud, Law, and Society in Saga Iceland* (Chicago, 1990), 305; *Humiliation: And Other Essays on Honor, Social Discomfort, and Violence* (London, 1993), 107.

[6] Jesse L. Byock, *Medieval Iceland. Society, Sagas, and Power* (Los Angeles, 1990), 134–35.

þýdd yfir á danska tungu heldur hafði Byock einnig bætt við köflum um hlutverk kvenna í fæðarsamfélaginu. Byock dregur fram útilokun kvenna frá opinberu pólitísku lífi samkvæmt lögum og sögum.[7] En hann ítrekar áhrif kvenna á fæðardeilur, bæði eggjun þeirra og úrtölur.[8] Sem fyrr segir Byock ekki hreint út hvort íslenskar konur hafi átt heiður en lesa má milli línanna að þær hafi haft meiri möguleika til þess en konur í öðrum samtíðarsamfélögum. Byock telur að sjálfstæði og sterka ímynd íslensku konunnar megi rekja til þess að konur gátu haft yfir umtalsverðum eignum að ráða.[9]

Byock leysir heldur ekki vandamálið um hvernig konur gátu áunnið sér heiður þegar þær voru útilokaðar frá hinu opinbera lífi. Þetta vandamál vill Preben Meulengracht Sørensen leysa með því að segja að konur hafi ekki átt neinn eigin heiður. Heiður karlmannsins hafi þó vissulega verið háður þeim konum sem voru honum næstar. Heiður konunnar var sá sami og faðir hennar og bræður höfðu, og eftir giftinguna deildi hún heiðri með manni sínum og sonum. Konan hafði yfirgefið sína eigin fjölskyldu og var orðin liðsmaður annarrar. Staða hennar og heiður voru orðin háð nýja manninum, í stað föður og bræðra áður. Ef eiginmaður gerði konu sinni skömm til vildi hún fara heim í föðurgarð og skilja við mann sinn. Konan vildi að heiður eiginmanns og sona, og þar með hennar sjálfrar, jafnaðist á við þann heiður sem fjölskylda föður hennar naut. Kona og karlmaður, í fjölskyldu og hjónabandi, áttu semsagt sameiginlegan heiður en virkt hlutverk karlmannsins út á við í samfélaginu þýddi, að það var hann sem vann heiður og tapaði honum, en hlutleysi konunnar í opinberu lífi takmarkaði virkni hennar til að hafa áhrif á manninn. Hún hvatti hann til verka, lastaði hann fyrir undanlátssemi og aðgerðarleysi og sá um að sá heiður sem hann hafði áunnið sér færi ekki forgörðum.[10]

Hér virðist Meulengracht Sørensen telja íslenska samfélagið sam-

---

[7] Sjá t.d. Jesse L. Byock, *Island i sagatiden. Samfund, magt og fejde*. Oversat af Jon Høyer (København, 1999), 179.
[8] Byock, *Island i sagatiden*, 180, 278.
[9] Byock, *Island i sagatiden*, 279–80, 306.
[10] Preben Meulengracht Sørensen, *Fortælling og ære. Studier i islændingesagaerne* (Aarhus, 1993), 214, 230, 246.

bærilegt við fæðarsamfélög sem byggja á einhliða ættrakningu eins og til dæmis í löndum við Miðjarðarhafið. Hóparnir sem eigast við eru þá vel afmarkaðir við ættir sem eingöngu eru raktar í karllegg. Í slíku samfélagi gengur konan algjörlega inn í ætt eiginmannsins við giftinguna. Í samfélagi með tvíhliða ættrakningu, eins og tíðkaðist á Íslandi, voru hóparnir mun minni og meira lagt upp úr því að mynda bandalög með hjónaböndum og vináttuböndum. Það var þó almennt viðurkennt að fólki bæri að hjálpa ættingjum sínum en áherslan á vináttusambönd var það sterk að vinir gátu hæglega verið teknir fram yfir frændur.[11] Á það hefur verið bent að á Íslandi hafi konan alltaf verið mjög tengd ætt sinni eftir að hún gekk í hjónaband sem verið hefði óhugsandi í samfélögum með einhliða ættrakningu.[12]

William Ian Miller hefur einnig bent á athyglisvert atriði sem er frábrugðið í þessum samfélagsgerðum. Við Miðjarðarhafið áttu konur ekki heiður en skömm var „female condition and the moral condition of a man's female relatives. More narrowly, shame was female sexuality itself, literally her sexual organs." Mikilvægt þótti að konan gætti velsæmis og heiður karlmannsins byggðist aðallega á því að sjá um að konan „væri ósnertanleg".[13] Heimur Íslendingasagnanna er annar, lítil áhersla var lögð á að konan varðveitti meydóm sinn. Heiður og skömm voru að vísu kynbundin en ekki var eins einstrengingslega miðað við blygðun kvenna og einangrun þeirra og útilokun frá körlum.[14] Enda á feimuháttur skírlífra hispursmeyja fátt sameiginlegt með íslensku

---

[11] Jón Viðar Sigurðsson, „Forholdet mellom frender, hushold og venner på Island i fristatstiden." *Historisk tidsskrift* (1995:3), 312–13, 316–17, 325–29.
[12] Agnes S. Arnórsdóttir, *Konur og vígamenn. Staða kynjanna á Íslandi á 12. og 13. öld* (Studia historica, 12. Reykjavík, 1995), 121.
[13] Miller, *Humiliation*, 118. Sjá einnig Pitt-Rivers, „Honour and Social Status", 42–46.
[14] Miller, *Humiliation*, 118. Það er ekki þar með sagt að lauslæti kvenna hafi verið litið jákvæðum augum eða að fjölskylda hafi látið það viðgangast að karlmenn væru að gera sér dælt við heimasætuna. Síður en svo. Þetta var móðgun sem þurfti að bregðast við. En móðgunin fólst ekki síst í því að karlmaðurinn reyndi að fá konunnar án þess að mynda samband við fjölskyldu hennar. Með því sýndi hann þeim óvirðingu og gaf það í skyn að þau væru ekki sambandsins verð og karlmenn heimilisins þær gungur að geta ekki komið í veg fyrir það. Ágætt dæmi um þetta er að finna í fyrri hluta Gísla sögu Súrssonar. Sjá einnig umfjöllun

kvenímyndinni, skörungnum, sem er kannski vísbending um að konurnar hér hafi tekið þátt í fæðarsamfélaginu með frábrugðnum hætti og haft annað hlutverk en kynsystur þeirra við Miðjarðarhafið. En lítum betur á konurnar í fornsögunum.

III

Í Þorgils sögu skarða segir frá því að Þorgils hafði bústýru sem hét Þuríður Kolgrímsdóttir og var „hæfilát ok sínk, en þó sæmðarmaðr".[15] Konur gátu eftir þessu að dæma notið sæmdar ef þær voru skörungar og örlátar og minnir það á sæmd karla. Þó við og við megi rekast á slíkar kvenlýsingar í miðaldaritum þá segir það lítið um hvernig heiður kvenna gat átt heima í fæðarkerfi sem byggði á karlmannlegum gildum. Ef við rýnum í Íslendingasögurnar kemur þó eitt og annað í ljós.

Þegar fjallað er um virðingu og konur, kemur viðureign Bergþóru og Hallgerðar í Brennu-Njáls sögu fljótlega upp í hugann. Þær leggja fæð hvor á aðra þrátt fyrir að bændur þeirra séu bundnir vináttuböndum. Deilan byrjar á Bergþórshvoli þar sem Gunnar og Hallgerður eru gestir. Þegar Helga og konu hans Þórhöllu ber að garði, skipar Bergþóra Hallgerði að víkja úr sæti fyrir Þórhöllu. Þetta er Hallgerði mjög á móti skapi og hún lætur orð falla um skeggleysi Njáls og kartneglur Bergþóru. Bergþóra svarar því til að þetta muni satt vera en segir svo að skeggvöxtur Þorvalds, fyrrum bónda Hallgerðar, hafi ekki komið í veg fyrir að Hallgerður réði honum bana. Þetta er hin mesta móðgun og heimtar Hallgerður að Gunnar hefni þessa en hann neitar vegna vináttu sinnar við Njál. Hallgerður tekur þá til sinna ráða. Þegar Gunnar er á þingi, sendir hún verkstjóra sinn til að drepa húskarl frá Bergþórshvoli. Gunnar greiðir bætur. Næsta sumar þegar karlarnir

---

Agnesar S. Arnórsdóttur í bók hennar *Konur og vígamenn*, 100, 103, 105, 122–23, 128.

[15] *Sturlunga saga* II. Jón Jóhannesson, Magnús Finnbogason og Kristján Eldjárn sáu um útgáfu (Reykjavík, 1946), 152.

fara á þing, leikur Bergþóra sama leikinn og svona gengur þetta koll af kolli.[16] Konurnar sjálfar grípa vissulega aldrei til annarra vopna en eitraðra orðasendinga en virðast hafa það mikil völd að þær geta sent vinnumenn heimilis til að vega menn. En hvað er hér á seyði? Auðsjáanlega fer vilji hjónanna ekki saman en fer heiður þeirra saman? Kannski er ekki um persónulegan heiður kvennanna að ræða heldur dæmi um hlutverk „sterku kvennanna", eða skörunganna, eins og Preben Meulengracht Sørensen sér það. Kvenskörungar brugðu sér í hlutverk karlanna þegar þeir stóðu sig ekki.[17] Hefði Gunnar ekki átt að hefna móðgana við Hallgerði? Var ekki móðgun við hana jafnt móðgun við hann, sérstaklega ef þau áttu sameiginlegan heiður að verja? Þetta er þó ekki svo auðsætt því að Gunnar mat það þannig að sæmd hans væri betur borgið með því að halda vináttunni við Njál en að hefna móðgana við Hallgerði. Ef þetta er dæmi um „sterkar konur" virðast afleiðingarnar ekki vera nokkrum til sæmdar því að konurnar minnka heiður karla sinna og þar með eigin heiður þegar þær niðurlægja eiginmennina með því að fara í þeirra hlutverk. Er ekki nær að líta á konurnar sem gerendur sem framkvæma í nafni eigin metnaðar og sæmdar og þegar eiginmennirnir vilja ekki taka þátt í því með þeim leita þær annarra leiða? Hér er nefnilega um dæmigerða fæðardeilu að ræða. Deilan hefst með orðaskaki en síðan fer ofbeldið stigvaxandi og menn eru vegnir á víxl. Tveir einstaklingar hefja deiluna og þegar á líður stækka hóparnir. Deilendur leita sér fylgis og menn sogast inn í atburðarásina án þess að geta við ráðið. Það eina sem er frábrugðið er að deilendur eru konur og málið snýst um heiður þeirra. Vissulega áttu Gunnar og Hallgerður sameiginlegan heiður í þeim skilningi að það voru hagsmunir beggja að auka heiður hvors annars, en heiður þeirra gat skarast. Og við höfum fleiri dæmi um slíkt.

Í Laxdæla sögu segir frá því er Þórólfur og Hallur, bróðir Ingjalds

---

[16] *Íslendinga sögur og þættir* I (Brennu-Njáls saga). Ritstjórar Bragi Halldórsson, Jón Torfason, Sverrir Tómasson, Örnólfur Thorsson (Reykjavík, 1987), 163–79.
[17] Meulengracht Sørensen, *Fortælling og ære*, 236–38.

Sauðeyjargoða, deildu sem leiddi til þess að Þórólfur vó Hall. Þórólfur leitaði á náðir Vigdísar frænku sinnar á Goddastöðum. Vigdís tók beiðni hans vel og kom Þórólfi fyrir í útibúri. Hún ræddi svo við Þórð bónda sinn og tilkynnti honum að Þórólfur vígamaður Halls væri þar staddur og mundi dveljast þar um veturinn. Þetta var Þórði mjög á móti skapi og var hann hræddastur um að Ingjaldur mundi taka af honum mikið fé fyrir að fela Þórólf. Um vorið fór Ingjaldur að leita Þórólfs því hann átti „eftir bróður sinn ... að mæla." Þeir komu að Goddastöðum og buðu Þórði uppgjöf saka og fé að auki ef hann framseldi Þórólf. Þeir sömdu um þessi kaup í laumi og án vitundar Vigdísar. Hún sá þó við þessu og lét þrælinn Ásgaut fylgja Þórólfi til Sauðafells þar sem Þórólfur rauðnefur, frændi Vigdísar, bjó. Hann tók við Þórólfi og þótti Vigdís hafa farið drengilega með málið. Þegar Ingjaldur bar á Þórð að hafa svikið kaupin komst upp um ráðabrugg þeirra og Vigdís brást harkalega við. Hún hafði þá þegar kallað til sín menn af næstu bæjum sér til hjálpar. Vigdís tók svo fésjóð þann sem Þórður tók fyrir framsal Þórólfs og rak á nef Ingjaldi „svo að þegar féll blóð á jörð. Þar með valdi hún honum mörg hæðileg orð og það með að hann skal þetta fé aldregi fá síðan, biður hann á brott fara." Ingjaldi þótti ráðlegast að hafa sig á brott og hélt heim á leið. Í framhaldi af þessu máli skildi Vigdís við Þórð.[18] Vigdís leit svo á að virðing hennar færi ekki saman með virðingu Þórðar enda var hún af höfðingjaættum og var gefin honum til fjár.

Í Gísla sögu Súrssonar eru mörg dæmi um það hvernig hagsmunir hópa og ættingja gátu skarast. Bræðurnir Gísli og Þorkell tilheyrðu hvor sínum hópnum en Gísli og Vésteinn mágur hans stóðu saman. Framarlega í sögunni er Vésteinn veginn af liðsmönnum Þorkels. Í seinni hluta sögunnar hefna synir Vésteins dauða hans með því að vega Þorkel. Piltarnir leita sér trausts hjá Auði frænku sinni en hún sendir þá á brott. Auður fer til Gísla og mælir: „Nú skiptir miklu hverju þú vilt til þín snúa og ger nú minn sóma meira en eg er verð." Gísli svarar að bragði að hann telji sig vita erindið; nú væri búið að

---

[18] *Íslendinga sögur og þættir* III (Laxdæla saga), 1549–53.

vega bróður hans. Gísli brást reiður við og vildi vega piltana en átti erfitt um vik því hann lá þarna sem oftar í felum.[19] Auðsæilega hefur ekki að fullu verið klippt á naflastrenginn á milli konunnar og föðurgarðs. Ef konan átti engan eigin heiður, aðeins hlutdeild í heiðri eiginmannsins, hefði sómi þeirra hjóna aukist við það að Gísli hefndi bróður síns. Sómi Auðar virðist samt vera í hættu sem gefur vísbendingu um það að konan gat átt heiður sem var með öðrum formerkjum en heiður eiginmannsins.

Guðrún Ingólfsdóttir hefur bent á annað sambærilegt dæmi. Í Fljótsdæla sögu (líklega frá um 1300) segir frá því þegar Helgi Ásbjarnarson tók Gunnar Austmann undir sinn verndarvæng en Gunnar hafði banað Þiðranda frænda Þórdísar sem var eiginkona Helga. Í fyrstu felur Helgi Gunnar Þiðrandabana í útibúri án þess að Þórdís hafi um það nokkra vitneskju en þegar Helgi heldur til þings, neyðist hann til að segja konu sinni frá stöðu mála og setja Gunnar í hennar umsjá. Þórdísi er þetta mjög á móti skapi og telur að á hana og hennar ætt falli skömm fyrir vikið. Helgi hótar skilnaði fari hún ekki að vilja hans. Hann segir að sæmd hennar og völd muni minnka leiti hún aftur til Bjarna bróður síns enda hafi hann haldið hana sem ambátt en hún sé núna að litlu færra kvödd en hann sjálfur og „Svo tekur nú að vera þín virðing að nálega vill svo hver maður sitja og standa sem þú vilt." Á meðan Helgi er á þingi kemur Bjarni og heimtar að hún láti Gunnar í hans hendur þótt hann viti hvaða afleiðingar það muni hafa fyrir Þórdísi. Bjarni býður henni bústýruhlutverkið á sínu búi og reynir einnig að múta henni með peningum en allt kemur fyrir ekki og skilja þau systkinin ósátt. Guðrún Ingólfsdóttir segir, í grein sinni, að með þessu hafi Þórdís snúið baki við ætt sinni og tekið afstöðu með eiginmanni, enda segir Þórdís þegar hún hefur kvatt Helga heim af þinginu að hún hafi metið hann meira en nokkurn annan. Helgi lofar konu sína og kallar hana skörung.[20] Hér er semsagt annað dæmi um

---

[19] *Íslendinga sögur og þættir* II (Gísla saga Súrssonar), 940–43.
[20] Guðrún Ingólfsdóttir, „„En mér þykir illt að láta risnu mína" – Um virðingu kvenna og stöðu á heimili í Fljótsdæla sögu." *Sagnaþing helgað Jónasi Kristjánssyni sjötugum 10. apríl 1994* (Reykjavík, 1994), 258–59. – *Íslendinga sögur og þættir* I (Fljótsdæla saga), 705–6, 717–20.

það að konan telur að sæmd hennar og eiginmannsins fari ekki alltaf saman. Þegar Helgi tekur við Gunnari fellur skömm á Þórdísi og hennar ætt að áliti hennar. Það kom ekki til greina ef konan átti einungis hlutdeild í heiðri eiginmannsins. Guðrún Ingólfsdóttir bendir einnig á að finna megi dæmi í Fljótsdæla sögu um að kona taki vináttu fram yfir hjónabandið. Guðrún Ósvífursdóttir tók við Gunnari Þiðrandabana fyrir orð vinar síns, Helga Ásbjarnarsonar, þrátt fyrir að Þorkell, maður Guðrúnar, hefði skipað sér í lið með óvinum Gunnars. Í þessu tilviki er það karlmaðurinn sem verður að meta það hvort sé réttara að huga að eigin heiðri eða sæmd konu sinnar. Hann tekur þann pól í hæðina að fara að vilja Guðrúnar en með því að gera vel við Gunnar hljóta þau bæði aukna sæmd.[21]

IV

Og hvað má svo lesa úr þessum dæmum? Hvernig gátu konur sem útilokaðar voru frá hinum karlmannlega pólitíska heimi farið sínu fram?

Starfssvið kvenna var innan stokks. Þær skyldu sjá um barnauppeldi, fæði og klæði og þær báru ábyrgð á því að láta vistir nægja. Karlar réðu aftur á móti utan stokks. Þeir sáu um veiðar, jarðyrkju og stjórnsýslu.[22] En jafnvel þótt athafnasvæði kynjanna hafi verið skýrt aðgreint í lögum voru skilin á milli hins opinbera lífs og einkalífs ekki jafn skýr. Stjórnmál voru mun persónulegri en við þekkjum í dag og völdin dreifðari. Heimilið hafði pólitískt mikilvægi. Það var, eins og Agnes Siggerður Arnórsdóttir bendir á, „... samastaður vina og ættingja. Innan veggja þess fóru fram samskipti sem höfðu þýðingu langt út fyrir raðir heimilisfólks. Þannig áttu bæði pólitík og viðskipti heima í einkaheimi miðaldafólks."[23]

Þótt heimilið væri því í vissum skilningi vettvangur opinberra at-

---

[21] Guðrún Ingólfsdóttir, „En mér þykir illt að láta risnu mína", 260–61.
[22] Agnes S. Arnórsdóttir, *Konur og vígamenn*, 174–78; „Viðhorf til kvenna í Grágás", 28. – Gunnar Karlsson, „Kenningin um fornt kvenfrelsi á Íslandi", 72–73.
[23] Agnes S. Arnórsdóttir, *Konur og vígamenn*, 172.

hafna þá verður staða konunnar ekki sjálfkrafa opinber jafnvel þó að heimilið væri hennar athafnasvæði. Samkvæmt lögum var það karlmaðurinn sem hafði síðasta orðið, hann hafði ákvörðunarvald bæði innan dyra og utan. En konan gat vissulega haft óbein völd bæði með því að hafa áhrif á heimilisfólkið og einnig var það nokkuð í hennar valdi hver ímynd heimilisins var út á við.

Í fábreyttum samfélögum við Miðjarðarhaf er heimilið og heimilishaldið lagt að jöfnu við kvenkynið samkvæmt Peter J. Wilson. Að sumu leyti má segja að karlmaðurinn sé útilokaður frá húsinu jafnvel þó hann sé höfuð heimilisins og samstaða og heilindi innan þess hafi áhrif á stöðu hans og orðspor gagnvart nágrönnum hans. Svæði karlmannsins er utan dyra, úti í haga eða í samneyti við aðra karlmenn. Menn sem eyða lunga af deginum innan veggja heimilisins verða grunsamlegir í augum annarra. Þrátt fyrir þessa „svæðisskiptingu" kynjanna þýðir það ekki að konan sé í stofufangelsi. Þær fara til vinnu sinnar á ökrunum, ná í vatn úr brunni þorpsins og gera innkaup. „But the house and its interior form a female preserve, and women are the significant *content* of the household, its most valuable feature."[24]

Heimilishaldið verður að sýnast fullkomið út á við. Það er uppistaða heiðurs karlmannsins og á hans ábyrgð að tryggja að hvorki kvikni grunsemdir né ásakanir um hið gagnstæða hjá öðrum, sérstaklega ekki meðal nágranna hans. Konan verður að vera ásýnd tryggðar og siðsemdar.[25]

> This also brings out the complementary nature of the relations between the sexes where the male is proprietor of the house. Often he has built the house before marriage. But the woman is responsible for its integrity and for ensuring that if and when the veil is ever lifted on its privacy ... it appears in public as it pretends to be. Thus, as some writers have suggested, the woman in effect controls the private domestic domain and thereby exercises considerable, if not total, pow-

[24] Peter J. Wilson, *The Domestication of the Human Species* (London, 1988), 105.
[25] Wilson, *The Domestication of the Human Species*, 106.

er over the male. It is *her* fidelity or chastity that must be preserved inviolate, so that she holds her man's honor in hand by the ever present possibility that she might decide to be unfaithful. By performing her domestic duties imperfectly, or even withholding her services, the woman has the power to reveal her husband's home to be other than what it should be.[26]

Á Íslandi var ekki lögð jafn mikil áhersla á velsæmi kvenna en íslensku konurnar eiga það sameiginlegt með kynsystrum sínum í dæmum Wilson að hafa áhrif á ímynd heimilisins út á við.[27] Gjafir og gestrisni voru mikilvægir þættir í fæðarkerfinu og þar höfðu konurnar hönd í bagga. Til dæmis er það Bergþóra sem skipar gestum í sæti á Bergþórshvoli og þar með getur hún ákveðið hvaða sæmd skuli sýna Hallgerði og Gunnari.

Konan var í aðstöðu til að minnka eða auka heiður heimilisins með framferði sínu við annað fólk, gesti og gangandi, og þannig hafði hún visst tangarhald á bónda sínum. Fyrir vikið má ætla að honum hafi verið tamara að fara eftir óskum hennar. Þetta er þó líklega ekki jafn áhrifaríkt og Wilson gefur í skyn því í flestum tilvikum hafa það verið hagsmunir beggja, húsbóndans og húsfreyjunnar, að ímynd heimilisins væri góð. Samkvæmt þessu var konan þrátt fyrir allt háð eiginmanninum með aðgerðir í hinu opinbera lífi. Þetta skýrir því ekki hvers vegna konurnar í dæmunum hér á undan telja sig eiga heiður, aðskildan frá heiðri eiginmannsins.

Þá má spyrja sig hvort lagaákvæðunum um vald húsbóndans yfir öllu heimilinu hafi verið fylgt svo nákvæmlega eftir. Einhverra hluta vegna virðast Hallgerður og Bergþóra geta látið heimilisfólkið fara eftir sínum vilja þó það viti að það stríddi gegn vilja húsbændanna. Sama má segja um Vigdísi í Laxdæla sögu. Henni tekst að koma Þórólfi undan

---

[26] Wilson, *The Domestication of the Human Species*, 106–7.
[27] Wilson flokkar fábreytt samfélög í annað hvort „public" eða „private". Hér er hann að lýsa „private" samfélagi. Erfitt er að flokka íslenska þjóðveldissamfélagið samkvæmt þessari skilgreiningu. Líklega væri það einhvers staðar mitt á milli. Sjá t.d. Wilson, *The Domestication of the Human Species*, 108.

með hjálp þrælsins Ásgauts sem vissi að það var í óþökk húsbóndans á heimilinu. En þó að húsfreyjur hafi haft yfir nokkrum þrælum og húskörlum að ráða dugði það þeim skammt þegar verja þurfti heiður á opinberum vettvangi. Leita þurfti annarra leiða.

Í bók sinni *Konur og vígamenn* rannsakar Agnes Siggerður Arnórsdóttir ólíkan valdagrundvöll kynjanna á 12. og 13. öld. Hún telur að vígstaða kvenna hafi falist í góðum venslum. Karlmanni bar skylda til að styðja frændur sína og hann gat leitað á náðir þeirra tveggja ætta sem stóðu að baki honum. Karlar gátu einnig myndað tengsl við aðra hópa eins og t.d. goða og vini. Með því móti gátu karlmennirnir komið upp góðum félagslegum og pólitískum samböndum. Konur höfðu ekki úr sömu hópum að velja því að þær voru útilokaðar frá þingum og voru ekki goðar. Þar að auki virðast konur ekki hafa verið einráðar um val á eiginmönnum og rekkjunautum en það hefði hugsanlega getað verið þeim til framdráttar í pólitískum málum. Vegna þess að konur voru ekki gefnar algerlega inn í ætt eiginmannsins gátu þær leitað til móður- og föðurfjölskyldna sinna auk fjölskyldna eiginmannsins. Á þennan hátt höfðu konurnar góða aðstöðu til að hafa samband við marga í fjölskyldunum.[28] Ef gift kona gat einungis leitað til eiginmanns síns til að ná sínu fram, lægi í augum uppi að hún ætti einungis hlutdeild í heiðri eiginmannsins eins og Preben Meulengracht Sørensen heldur fram. Vilji konunnar varð þá að engu ef eiginmaðurinn var henni ósammála og áhrif hennar hefðu því einangrast við að reyna að hafa áhrif á ákvarðanir hans. En á Íslandi var þessu á annan veg farið. Með því að geta leitað til fleiri aðila reyndi á sjálfstæði konunnar og henni opnaðist leið til að afla sér virðingar. Því var þetta einmitt leið kvenna til að afla heiðurs og verja hann. Konan þurfti í reynd að gæta hagsmuna bæði fjölskyldu sinnar og eiginmanns. Ef hagsmunir rákust á varð konan að taka afstöðu með öðrum hvorum. Þessa lykilstöðu konunnar má sjá í dæmunum.

Þegar Auður (Gísla saga Súrssonar) biður Gísla mann sinn um að gera sóma sinn meiri en hún er verð þá er hún í raun að biðja hann um

---

[28] Agnes S. Arnórsdóttir, *Konur og vígamenn*, 180–81.

eina stærstu fórn sem Gísli hefði getað gefið, að hunsa hefndarskylduna sem hafði í raun stjórnað lífi hans fram að þessu. Hún er ekki að hugsa um heiður Gísla heldur heiður fjölskyldu sinnar. Vigdís á Goddastöðum (Laxdæla saga) er augljóslega að gæta hagsmuna fjölskyldu sinnar. Þegar eiginmaðurinn Þórður skipar sér í hóp andstæðinga fjölskyldu hennar með því að samþykkja að framselja Þórólf frænda hennar í hendur óvinanna verður lítið um samheldni hjóna. Til að bjarga heiðri sínum og fjölskyldu sinnar grípur Vigdís til aðgerða sem koma eiginmanni hennar illa og verða honum til vansæmdar.[29] Varla gátu þau búið saman eftir slíka rimmu og skilnaður því óhjákvæmilegur.

Í frásögninni um Þórdísi toddu (Fljótsdæla saga) kemur lykilstaða konunnar enn betur í ljós. Bróðir hennar og eiginmaður skipa sér í andstæðar fylkingar og henni er gert að velja á milli. Báðir lofuðu henni sæmd að launum. Þetta hlýtur að hafa verið erfið ákvörðun. Á hvorn veginn sem færi þá mundi fækka þeim aðilum sem Þórdís gæti leitað til til að fá málum sínum framgengt. Ef hún færi heim með bróður sínum tæki hún við bústýruhlutverki á heimili hans og yrði að treysta á hann um meðferð opinberra mála. Auðvitað var alltaf sá möguleiki að hún myndi giftast á ný og þannig eiga aðgang að fleiri samböndum. Ef hún tæki afstöðu með manni sínum væri hún aftur á móti algjörlega háð honum um allar aðgerðir á opinberum vettvangi. Þórdís mat það aftur á móti svo að sæmd hennar væri meiri ef hún stæði við hlið bónda síns í stað þess að fara heim til fjölskyldu sinnar. Sambandið á milli konunnar og fjölskyldu hennar var því ekki órjúfanlegt tryggðaband heldur varð hún að meta hvað mundi færa henni mestu sæmdina.

Dæmið um Guðrúnu Ósvífursdóttur (Fljótsdæla saga) er að sumu leyti óvenjulegt en að öðru leyti rímar það vel við fyrri hendingar. Það er svo sem ekkert einsdæmi að það sé eiginmaðurinn sem þurfi að ákveða hvort hann vilji tilheyra sama hópi og eiginkonan.[30] Það sem

---

[29] Reyndar má segja að ákvörðun Þórðar um að framselja Þórólf hefði verið honum til vansæmdar hver svo sem viðbrögð Vigdísar og frænda hennar hefðu verið. Aldrei þótti gott að láta stjórnast af fégræðgi.
[30] Sbr. dæmið um Þórð og Vigdísi.

er óvenjulegt er að hópamyndun konunnar byggir á vináttusambandi en ekki fjölskyldusambandi. Ekki er líklegt að þetta hafi verið algengt fyrirkomulag. Í fyrsta lagi höfum við ekki mörg dæmi um slíkt og í öðru lagi varð konan að hafa eitthvað fram að bjóða í slíkt samband. Þetta hlýtur því að hafa einskorðast við konur með umtalsverð völd.

Sambönd, hvort sem um var að ræða vensl eða vináttusambönd, voru afar mikilvæg á þjóðveldisöld. Hversu fimlega sem einstaklingur gat sveiflað sverði eða hversu hátt sem hann gat stokkið í fullum herklæðum, mátti hann sín lítils gegn fjölmenninu. Karlar urðu því almennt að sækja sér aðstoð til annarra valdameiri og konur urðu að leita til karlmanna til að fá málum framgengt. Engu að síður gátu slíkir karlar og konur notið virðingar í augum samfélagsins. Hefði félagslegur heiður einskorðast við hina valdamiklu menn sem sóttu mál sín sjálfir, hefði hann verið á fárra höndum en það var hann auðsæilega ekki.

V

Að segja að allar konur hafi öðlast heiður er jafn slæmt og að segja að engin kona hafi öðlast heiður. Við megum ekki alhæfa um heiður kvenna því staða þeirra var mismunandi. Ekki höfðu allar konur aðgang að þeim samböndum sem til þurfti til að fá sitt fram. Íslendingasögurnar eru vissulega karlmannarit í þeim skilningi að þær eru að öllum líkindum ritaðar af karlmönnum, fjalla aðallega um karlmenn og karlmannleg gildi eru í hávegum höfð. En einnig má segja að sögurnar séu fyrirmannarit. Aðalsöguhetjurnar eru flestar höfðingjar og velættaðir stórbændur sem láta að sér kveða á þingum eða stórefnilegir bændasynir sem sýna einstaka hetjulund. Þær konur sem við kynnumst við lestur sagnanna eru langflestar tengdar höfðingjaættum og betri bændum og eiga jafnvel umtalsverðar eignir. Slíkar konur voru í aðstöðu sem fátæk vinnustúlka gat aðeins látið sig dreyma um.

Hér er heldur ekki verið að halda því fram að konur hafi verið jafn réttháar karlmönnum. Hvorki lögin né sögurnar benda til þess. En vegna sambanda sinna í gegnum beggja ætta kerfið verða konurnar valdameiri en kynsystur þeirra í blóðhefndarsamfélögum við Miðjarðarhafið. Konur gátu átt heiður en hann var takmarkaður því að þær voru háðar karlmönnum vegna útilokunar frá þingi og bardögum og öðrum beinum framkvæmdum utan stokks sem voru á sviði karla. Þær áttu því ekki nokkra von um að komast eins hátt í virðingarstiganum og karlmenn. Ekki má þó gleyma undantekningunum, konum sem höfðu mikla virðingu; hana höfðu þær ekki hlotið vegna frammistöðu sinnar á vígvellinum heldur vegna sambanda sinna. Heiður var aðalorsök blóðhefndar en blóðhefnd var ekki eina forsenda heiðurs.

Torfi H. Tulinius

Virðing í flóknu samfélagi

Getur félagsfræði Pierre Bourdieu skýrt hlutverk og eðli virðingar í íslensku miðaldasamfélagi?

Það er erfitt að andmæla þeirri viðteknu skoðun að Íslendingasögur snúist að verulegu leyti um sæmd og virðingu, þ.e. að það sem drífur söguna áfram í langflestum þeirra sé fyrst og fremst sú samfélagslega kvöð sem hvílir á persónum sagnanna að standa vörð um virðingu sína og helst að auka hana. Margt af því merkilegasta sem ritað hefur verið á undanförnum árum og áratugum um fornbókmenntir okkar byggir á þessari skoðun. Það nægir að nefna rit Prebens Meulengracht Sørensen, *Saga og samfund* frá 1977 og *Fortælling og ære* frá 1993, til að sýna þróun hugmynda okkar um þátt virðingar í heimi sagnanna og mótun þeirra sem bókmenntagreinar.[1]

---

1   Preben Meulengracht Sørensen, *Saga og samfund. En indføring i oldislandsk litteratur* (Kaupmannahöfn: Berlingske Forlag, 1977), og *Fortælling og ære. Studier i islændingesagaerne* (Aarhus: Universitetsforlag, 1993). Meðal annarra fræðimanna sem hafa lagt mikilvægan skerf til rannsókna á hlutverki virðingarinnar í sögunum og því samfélagi sem ól þær af sér er vert að nefna þá Jesse L. Byock (*Feud in the Icelandic Saga*, Berkeley: University of California Press, 1982) og William Ian Miller (*Bloodtaking and Peacemaking: Feud, Law, and Society in Saga Iceland*, Chicago: University of Chicago Press, 1990). Það mætti leiða rök að því að þessar rannsóknir eigi allar að einhverju leyti upptök sín í verki Theodore M. Andersson, *The Icelandic Family Saga. An Analytic Reading* (Cambridge Mass.:

Í síðarnefndu bókinni, sem segja má að sé í fararbroddi þessara fræða um þessar mundir, setur höfundur fram ítarlega greiningu á fjölmörgum sögum út frá þeirri meginhugmynd að úr því ekkert ríkisvald eða miðstjórnarvald var til á Íslandi á þjóðveldistímanum, hafi háþróað hugtak um persónulega virðingu („et stærkt udviklet begreb om personlig ære") verið til í samfélaginu (bls. 187). Í Íslendingasögunum eru virðingin og samfélagsgerðin tvær hliðar á sama fyrirbæri, þar sem samfélagsformið kallar á virðinguna, sem aftur mótar hvernig einstaklingar haga sér innan þess. Andstætt félagslegum normum á borð við siðaboð kirkjunnar, sem lesa má úr Biblíunni og öðrum ritum kirkjunnar, og lögum sem samþykkt voru á Alþingi og lærð utan að eða skráð í lögbækur, er virðingin safn af óskráðum reglum og viðmiðunum um hegðun og manngildi. Þær hafa varla verið orðaðar og enn síður skráðar, en það er í frásögninni sem samfélagið finnur sér leið til að fjalla um hin óskráðu boð og er það einmitt þannig sem skilja má tilurð og hlutverk Íslendingasagna. Í gegnum þær er verið að lýsa þessum óskráðu normum og jafnvel að velta fyrir sér mótsögnum þeirra og þýðingu fyrir einstaklingana og samfélagið sem heild.

Eins og fyrr sagði, er erfitt að vera ósammála því að virðing skipi mikinn sess í samfélagi þjóðveldisins og þeim bókmenntum sem það ól af sér. Hins vegar tel ég að auka megi við kenningu Meulengrachts Sørensen og bæta hana með því að gera ráð fyrir flóknara samfélagi en hann gerir, og með eilítið annarri sýn á fyrirbærinu virðingu, eðli og hlutverki þess í mannlegum samfélögum almennt, en þó sérstaklega á Íslandi á þjóðveldistímanum. Ég hef þegar fjallað um virðingu í íslensku samfélagi á öndverðri þrettándu öld í grein í *Nýrri Sögu* frá árinu 2000.[2] Þar tók ég til athugunar sókn þeirra bræðra, Þórðar, Sighvats og Snorra Sturlusona, eftir þjóðfélagslegum frama og leitaðist við að greina hvað átt væri við í samtímaheimildum þegar fjallað er um

---

Harvard University Press, 1967). Kenning Anderssons um að hefndarskyldan mótaði formgerð sagnanna braut blað í rannsóknasögunni sem tilraun til að skýra bókmenntaformið út frá þjóðfélagslegum veruleika.

[2] Torfi H. Tulinius, „Snorri og bræður hans. Framgangur og átök Sturlusona í félagslegu rými þjóðveldisins." *Ný Saga* 12 (Reykjavík: Sögufélag, 2000), bls. 49–60.

virðingu þeirra sem höfðingja. Til þess fór ég í smiðju franska félagsfræðingsins Pierre Bourdieu (f. 1930) og færði mér í nyt kenningu hans um félagslegt rými (fr. *espace social)* þar sem keppt er um það sem hann kallar félagslegt auðmagn. Slíkt auðmagn er af þrennu tagi, efnahagslegu, menningarlegu og táknrænu. Heildarmagn og samsetning þess auðmagns sem hver einstaklingur ræður yfir, ákvarðar stöðu hans í samfélaginu, þ.e. þá virðingu sem hann nýtur.

Ávinningurinn af því að beita þessum hugtökum til að skilja feril þeirra Sturlusona var a.m.k. þríþættur. Í fyrsta lagi gat ég sýnt að sú virðing sem íslenskur höfðingi gat notið á fyrri hluta þrettándu aldar var langt frá því að vera einfalt fyrirbæri, heldur sett saman úr mörgum þáttum. Hvern þessara þátta var ennfremur hægt að flokka undir a.m.k. eina af þremur tegundum auðmagns. Í öðru lagi var unnt að sýna hvernig ýmis afbrigði táknræns auðmagns, ekki síst skyldleiki við Noregskonung, voru farin að vega talsvert þungt í virðingu höfðingja þegar kom fram á annan eða þriðja áratug aldarinnar. Í þriðja lagi hefur kenning Bourdieu þann kost að sýna að menningariðja af ýmsu tagi er nátengd valdbeitingu og valdabaráttu innan félagslega rýmisins.

Fyrst og fremst eru þessi hugtök þó gagnleg til að sýna samhengið í hegðun íslenskra höfðingja á þessu skeiði, þ.e. hvernig hægt er að líta á aðskiljanlegustu uppátæki þeirra, mannvíg og málaferli, auðsöfnun og lagasetningu, brúðkaup og bókagerð, sem leiðir til að tryggja eða styrkja stöðu sína innan félagslega rýmisins eða með öðrum orðum eigin virðingu. En í íslensku samfélagi voru aðrir til en höfðingjar úr leikmannastétt, þótt við vitum einna mest um þá vegna þess að samtímaheimildirnar, einkum sögurnar í Sturlungu, beina sjónum sínum fyrst og fremst að þeim. Því langar mig til að gera tilraun til að færa kenningu Bourdieu um hið félagslega rými út til fleiri samfélagshópa. Auðvitað verður það alls ekki gert á tæmandi hátt í stuttri ritgerð sem þessari, heldur verður einungis sett fram eins konar hugleiðing um íslenskt samfélag á fyrri hluta þrettándu aldar, hugleiðing sem byggð er á dæmum en sem þyrfti samt sem áður að staðfesta með frekari rannsóknum.

Að baki þessari tilraun býr grunur um að hugmynd Prebens

Meulengracht Sørensen og annarra um virðingu sé of einföld. Sú sýn að sama norm hafi gilt fyrir alla ristir ekki nægilega djúpt. Líklegra er að virðing og sæmd hafi ekki haft sömu merkingu fyrir hina ólíku þjóðfélagshópa og að sá skilningur sem yfirleitt er miðað við eigi fyrst og fremst við höfðingja og e.t.v. áhangendur þeirra. Með því að skoða hvað heimildirnar segja okkur um aðstöðu annarra hópa til að verja eða auka samanlagt félagslegt auðmagn sitt má ætla að fram komi flóknari mynd af íslensku þjóðfélagi á fyrri hluta þrettándu aldar, sem skýri betur hegðun einstaklinga innan þess. Ef til vill mun þessi nálgun einnig varpa einhverju nýju ljósi á hlutverk og eðli Íslendingasagna, þeirrar bókmenntagreinar sem er helsta framlag Íslendinga á 13. öld til menningarsögunnar. Það er skoðun mín að aðeins tiltölulega flókið samfélag gat fætt af sér svo margslungnar bókmenntir.

Misjafn aðgangur að auðmagni

Bourdieu gerir ráð fyrir því að ólíkir einstaklingar innan félagslega rýmisins séu í misjafnri aðstöðu til að verða sér úti um hin ýmsu form auðmagns.[3] Þetta er augljóst þegar litið er til efnahagslegs auðmagns: auður fæðir af sér auð og hafi maður hlotið umtalsverðan arf þarf minna að hafa fyrir því að sanka að sér fjármunum. En þetta á ekki síður við um menningarlegt auðmagn, því það að búa yfir þeirri menntun og þekkingu sem metin er í samfélaginu auðveldar manni að tileinka sér nýja kunnáttu, auk þess sem auðmagn af þessu tagi erfist ekki síður en hið efnalega. Þetta á að sjálfsögðu einnig við táknræna auðmagnið. Í samfélagi þar sem tignarheiti ganga að erfðum, eins og í goðaveldinu, er staða manna afar misjöfn eftir ættum. Þótt ráða megi af Grágás að það hafi verið hægt að kaupa goðorð að nafninu til, er ljóst af heimildum fyrir utan Bandamanna sögu, sem er frá því nokkru eftir að goðaveldið leið undir lok, að menn eignuðust ekki goðorð nema þeir væru af réttri ætt. Bændur og goðar höfðu ekki sömu stöðu innan félagslega rýmisins því þeir voru útilokaðir frá því að eignast

[3] Sama rit, bls. 50.

þann táknræna auð sem fylgdi goðorðunum. Þetta olli því að afstaða þessara tveggja hópa til annarra tegunda auðmagns innan rýmisins var ólík.

Ef við lítum á efnahagslega auðmagnið, er ljóst að afstaðan hlaut að vera önnur. Goðanum var nauðsynlegt að hafa fé, en það var ekki síst til að tryggja sér fylgi þingmanna sinna og öðlast vináttu annarra goða með gjöfum. Þar með jók hann virðingu sína. Sams konar rausn þurfti bóndinn ekki að sýna undirmönnum sínum, þ.e. vinnufólki, smærri bændum, og heldur ekki jafningjum sínum. Aftur á móti varð hann að vera tilbúinn að styðja goðann, ekki síst með fégjöfum. Þannig má sjá móta fyrir ákveðinni formgerð í félagslega rýminu: verðmæti streyma frá bændum (og landsetum þeirra) til goða sem ýmist setja þau aftur í umferð innan síns svæðis eða koma þeim í umferð utan þess, með gjöfum til annarra goða.

Það er erfitt að sjá af heimildunum hvort afstaða goða og bænda til menningarlegs auðmagns hafi verið í grundvallaratriðum önnur. Gera má ráð fyrir að stærri bændur hafi kappkostað að tileinka sér þekkingu á lögum og skáldskap, svo og aðra menningarlega færni sem goðar bjuggu yfir, en erfitt er að ráða af heimildum hversu langt niður þjóðfélagsstigann eftirspurn eftir slíku auðmagni náði. Hins vegar er það ljóst að bændur voru ekki í jafngóðri aðstöðu til að ávaxta slíkan auð, hvorki á lagasviðinu né við hirð konungs, eins og höfðingjar virðast hafa gert. Það má þó telja líklegt að menningarlegt auðmagn hafi getað komið sér vel fyrir bónda eða bóndason, vildi hann komast í vinskap við höfðingja og jafnvel bæta heldur stöðu sína innan hins félagslega rýmis.

Það merkilegasta við formgerð félagslega rýmisins á þessu tímaskeiði er ef til vill að það fer eftir stöðu einstaklingsins hversu mikinn aðgang hann hefur að sviðum hins félagslega rýmis sem ekki snerta hann beint. Landsetinn hefur samskipti við bóndann, en ekki aðra stórbændur. Bóndinn hefur samband við aðra bændur á hans svæði en fyrst og fremst við einn goða. Aftur á móti hafa goðarnir samband hverjir við aðra. Segja má að eftir því sem auðmagnið eykst í heild sinni, því meira svigrúm hefur maður til að athafna sig innan félagslega rýmisins. Á þessu stigi er gagnlegt að kynna til viðbótar tvö hugtök sem þróast hafa í meðförum Pierre Bourdieu, en það eru 'svið' (fr. *champ*, e. *field*) og það sem hann nefnir 'illusio'.

'Auðmagn', 'habitus', 'svið' og 'illusio'

'Auðmagn', 'habitus' og 'svið' eru þrjú meginhugtök Bourdieu og eru þau notuð saman til að skýra félagslegan veruleika og hegðun einstaklinga. Um auðmagnið hefur þegar verið fjallað töluvert, en habitus er sú hugsanaformgerð sem gerir einstaklingnum kleift að vinna úr veruleikanum í samræmi við stöðu hans innan hins félagslega rýmis.[4] Hugtakið 'svið' er tilraun Bourdieu til að gera grein fyrir því að innan eins samfélags geta verið hópar sem eru að fást við ólík viðfangsefni og skynja veruleika sinn og móta á mismunandi hátt. Til að skýra mál sitt líkir hann gjarnan félagslega rýminu við herbergi þar sem nokkur fjöldi manna skiptist í litla hópa sem sitja að spilum. Í fljótu bragði virðast allir hóparnir vera í sama leik, en þegar betur er að gáð kemur í ljós að svo er ekki. Hver hópur fylgir sínum sérstöku reglum: spilin hafa annað gildi en í hinum leikjunum og takmarkið er ekki hið sama.[5] Þetta eru sviðin, þ.e. það svæði innan félagslega rýmisins þar sem verið er að keppa um tiltekin völd, með því að safna tilteknum tegundum auðmagns, þ.e. þeim „spilum" sem hafa ólíkt gildi eftir því á hvaða sviði menn eru að athafna sig.

Dæmi um svið er íslenskt viðskiptalíf nú á dögum, þar sem ætla má að efnahagslegt auðmagn skipti höfuðmáli, en líka aðrar tegundir félagslegs auðmagns eins og ættartengsl og yfirlýstar stjórnmálaskoðanir. Menningarlegt auðmagn hefur auðvitað sitt að segja: ýmiss konar færni til að reka fyrirtæki, en einnig almenn menntun, og jafnvel einhvers konar fágun sem getur komið sér vel við tengslamyndun og

---

[4] Nánari útlistun á þessum tveimur hugtökum má lesa í fyrrnefndri grein minni, bls. 50 og 51. Þar er einnig að finna tilvísanir í rit Bourdieu.
[5] Um svið sjá P. Bourdieu og L.J. Wacquant, *An Invitation to Reflexive Sociology* (Cambridge: Polity Press, 1992), bls. 94–115.

samningsgerð. Öll þessi form auðmagns geta breyst í táknrænt auðmagn, komi samfélagið sér saman um að gefa því þannig gildi. Þetta á t.d. við um „ímynd" aðila í viðskiptalífinu sem hefur fengið viðurkenningu af einhverju tagi. Völdin sem um er keppt í viðskiptalífinu eru miklu meiri en sem nemur því efnahagslega auðmagni sem hver einstaklingur getur safnað, því þau gera þeim sem tekst að ná þeim kleift að veita þessum auði ekki aðeins í eigin vasa, heldur einnig í vasa vina sinna og stuðningsmanna.

Háskólasamfélagið er dæmi um gjörólíkt svið. Þar skiptir efnahagslega auðmagnið ekki sama máli, því það kemur frá hinu opinbera. Aftur á móti ræður menningarauðmagnið mjög miklu um það hvort menn komast að og hvernig mönnum vegnar. Ekki má heldur gera lítið úr öðru félagslegu auðmagni, því þótt menntakerfið eigi að hafa þróað með sér leiðir til að koma í veg fyrir að fólki sé mismunað á grundvelli félagslegra tengsla, vita allir að slík mismunun á sér stað. Að sögn Bourdieu vegur menningarlegt auðmagn hvergi jafn þungt í heildarmagni félagslegs auðmagns og á sviði æðri menntunar. Einstaklingar sem eru aldir upp af foreldrum sem eru menntaðir, hafa frá blautu barnsbeini tileinkað sér hegðun, hugsanagang og viðmið þau sem gilda á sviðinu, en það gefur þeim mikið forskot gagnvart öðrum sem ekki hafa þegið jafn mikið af þessu auðmagni úr umhverfi sínu.

Táknræna auðmagnið sem gildir á þessu sviði eru prófskírteini, birtingar og viðurkenningar af ýmsu tagi. Ólíkt viðskiptasviðinu skiptir orðstírinn eða virðingin, þ.e. samanlagða táknræna auðmagnið, höfuðmáli og því er háskólasviðið því marki brennt að þar eru einstaklingarnir mun upptekari af táknrænu auðmagni sínu en á mörgum öðrum sviðum. Þetta kemur m.a. fram í þeirri hegðun sumra að gera lítið úr afrekum keppinauta sinna innan sviðsins, með því að halda því fram t.d. að prófgráður þeirra hafi verið fengnar hjá lélegum skóla, að rit þeirra hafi ekki verið birt hjá almennilegum útgáfum eða að hugmyndir þeirra séu stolnar. Þessi hegðun er beinlínis byggð inn í eðli þessa sviðs samfélagsins, en völdin sem keppt er um geta verið býsna mikil: yfirráð yfir sjóðum, áhrif á framgang starfssystkina sinna, aðstaða til að upphefja eða draga úr orðstír annarra innan sviðsins.

Á sama hátt og Háskóli Íslands og íslenskt viðskiptalíf eru til innan hins íslenska félagslega rýmis án þess að hvort um sig hafi teljandi áhrif á hitt, þá eru til mörg ólík svið í öllum flóknum samfélögum, auk þess sem sviðin greinast í undirsvið, sem hvert hefur sína sérstöku eiginleika og þar sem keppt er um ólík gæði, til dæmis sjávarútvegur sem grein íslensks viðskiptalífs eða íslensk fræði sem undirsvið æðri menntunar. Samkvæmt Bourdieu er engin tilviljun að velgengni erfist frá foreldri til barns innan tiltekins sviðs, þar sem hún ræðst mjög af hæfni hvers einstaklings til að bera skynbragð á hvaða tegundum auðmagns á að sækjast eftir og hvernig eigi að hegða sér innan sviðsins. Slíkt skynbragð, en það er mikilvægur eiginleiki „habitusins", öðlast menn við það að alast upp í návígi við þá sem eru virkir á sviðinu.

Nátengt habitusnum er enn eitt hugtak sem Bourdieu hefur gefið latneska heitið 'illusio', sem er latína og merkir „blekking" en byggir á orðstofninum „ludus", sem þýðir leikur.[6] Hann er hæfileiki einstaklingsins til að trúa á þann leik sem fer fram á því sviði sem hann er virkur á, þ.e. að finnast það vera eftirsóknarvert að keppa um þau gæði sem í boði eru á því sviði. Það er til dæmis ekki ólíklegt að sá sem velur að hasla sér völl innan akademíunnar hafi lítinn áhuga á þeim frama sem býðst í viðskiptalífinu, og öfugt. Þessi ólíka afstaða er gjarnan tengd uppruna, þeirri heimssýn og þeim gildum sem einstaklingurinn er alinn upp við og hefur tileinkað sér meira eða minna ómeðvitað.

Það má því segja að félagsfræði Bourdieu gefi manni kost á að skoða samfélag okkar eða samfélag sem okkur er fjarlægt í tíma eða rúmi, bæði með hliðsjón af hegðun einstaklinganna sem mynda það og af því hvernig þeir skynja félagslegan veruleika. Samfélag er flókin samsetning margvíslegra leikvalla (sviða), þar sem einstaklingarnir athafna sig samkvæmt ólíkum reglum og með tilliti til þeirra spila (auðmagns) sem þeir hafa á hendi. Félagsmótun einstaklinganna innprentar þeim færni til að iðka leikinn (habitus), jafnframt sem hún gefur leiknum merkingu (illusio). Með samlíkingu við leik eða öllu heldur safn margvíslegra leikja, getur Bourdieu skýrt á hvern hátt hegðun einstakling-

---

[6] Bourdieu og Wacquant, *An Invitation to Reflexive Sociology*, bls. 98.

anna er mótuð af samfélaginu sem um leið gefur þeim frelsi til að ráða sjálfir athöfnum sínum.

Flókið samfélag

En eru hugmyndir Bourdieu einhvers virði þegar leitast er við að skýra íslenskt miðaldasamfélag? Var það t.d. orðið nógu flókið til að hægt væri að greina milli sviða þar sem einstaklingar kepptu um mismunandi tegundir auðmagns eftir ólíkum reglum? Þótt ekkert miðstjórnarvald hafi verið á Íslandi á fyrri hluta 13. aldar, þýðir það ekki að samfélagið hafi verið einfalt. Þvert á móti bendir margt til þess að það hafi verið orðið býsna flókið og að hugmyndir Bourdieu um sviðin geti dregið það fram. Ennfremur gæti það orðið til að auka skilning okkar á menningarafurðum þessa samfélags, einkum og sér í lagi á Íslendingasögum.

Í nýrri bók um samfélagsþróun á Íslandi frá 1000 til 1300, með sérstakri áherslu á þátt kristninnar í því ferli, færir Orri Vésteinsson margvísleg rök fyrir því að íslenskt samfélag hafi orðið sífellt flóknara eftir því sem leið á þetta tímabil. Þáttur kristni í þeirri þróun er mikilvægur, en ekki síður hvernig höfðingjar og aðrir leikmenn nýttu sér þær samfélagslegu formgerðir sem kirkjan skapaði.[7] Orri gerir sér far um að sýna að breytingarnar gengu hægt yfir og að þær voru flóknar og háðar aðstæðum hverju sinni og á hverjum stað. Þannig dregur hann upp sannfærandi mynd af margbrotnu samfélagi, en slíkt samfélag býður einmitt upp á mismunandi svið í anda Bourdieu.[8]

Á þessu stigi tel ég að heimildir leyfi okkur að greina þrjú svið: svið eignamanna af leikmannastétt, svið konungshirðarinnar og svið kirkjunnar, en þau skarast með mismunandi hætti í því sem kalla mætti svið valdsins. Vafalítið hafa fleiri svið verið fyrir hendi, en þar sem

---

[7] Orri Vésteinsson, *The Christianization of Iceland. Priests, Power and Social Change 1000–1300* (Oxford: Oxford University Press, 2000). Sjá einkum innganginn og síðasta kaflann, „The Church and the Increase in Social Complexity", bls. 238 o. áfr.

[8] Tekið skal fram að Orri færir sér ekki kenningar Bourdieu í nyt.

heimildirnar fjalla fyrst og fremst um þá hópa sem mynda æðstu lög samfélagsins, er erfitt að sjá önnur svið en þau sem snerta þá í gegnum móðu fortíðarinnar.

Um svið eignamanna af leikmannastétt hefur þegar verið fjallað að hluta til, þegar rætt var um höfðingja. Það er á því sviði sem þeir eiga samskipti við þingmenn sína, þ.e. stærri bændur og smærri, en auk þess eiga hinir síðarnefndu margvísleg samskipti sín á milli. Það sem við vitum um öll þessi samskipti sýnir hve gagnlegt það getur verið að grípa til samlíkingarinnar við spil til að sjá hvernig þetta tiltekna svið virkar. Hlutverk goðans er að veita þingmönnum sínum vernd en á móti fylgja þeir honum til þings og styðja hann í átökum hans við aðra goða. Þetta mætti kalla hlutverk sviðsins út á við, og er réttlæting þess að það sé til. Aftur á móti byggir sviðið á heilmikilli valdbeitingu sem á sér stað innan þess. Sú valdbeiting er grundvöllur þess að menn eru í misjafnri aðstöðu til að afla þess auðmagns sem í boði er. Þetta leiðir til þess að sumir einstaklingar reyna að breyta stöðunni innan sviðsins sér í hag, en þó yfirleitt án þess að brjóta leikreglur þess.

Um þetta má lesa dæmi í Hallfreðar sögu vandræðaskálds, sem flestir telja að sé frá fyrri hluta 13. aldar og því samin á þeim tíma sem hér er sérstaklega til skoðunar. Tilraunir tveggja ungra manna til að taka sér frillu sýna merkilegan mun á aðstöðu þeirra til umsvifa eftir stöðu þeirra innan sviðsins. Ingólfur Þorsteinsson er sonur goðans í Vatnsdal. Hann venur komur sínar í Grímstungu til Óttars Þorvaldssonar sem býr í sama dal og á dótturina Valgerði. Ástir takast með unga fólkinu en Óttar vill að Ingólfur gangi að eiga Valgerði, en að öðrum kosti skuli hann láta af heimsóknum sínum. Ingólfur tekur slíkan ráðahag ekki koma til greina og Óttar leitar til goðans sem fær son sinn til að hætta þessum ferðum. Stuttu síðar yrkir hann þó mansöngskvæði til Valgerðar. Þá biður Óttar Þorstein um leyfi til að höfða mál gegn Ingólfi. Þorsteinn leyfir það, fær sjálfdæmi í málinu, dæmir Óttari bætur en jafnframt að hann skuli flytjast suður yfir heiðar í Norðurárdal.[9]

---

[9] Stuðst er við útgáfu Einars Ólafs Sveinssonar, *Vatnsdæla saga, Hallfreðar saga, Kormáks saga* (Reykjavík: Íslenzk fornrit VIII, 1939). Frásögnin af Ingólfi og Valgerði er á bls. 142–44.

Þessi frásögn er eins og dæmisaga um stöðu og hlutverk goðans innan höfðingjasviðsins. Hann á að sjá um að vernda virðingu þingmanna sinna, og það gerir hann með því að fá son sinn til að láta af hegðun sinni og með því að greiða Óttari bætur. En jafnframt þarf hann að gæta þess að þingmennirnir líti ekki á hann sem jafningja sinn, t.d. með því að standa í lagadeilum við hann eða fjölskyldu hans. Þess vegna neyðir hann Óttar til að flytjast búferlum. Þótt Óttar sýni vissa undirgefni, þegar hann leitar til goðans, t.d. þegar hann biður um leyfi til að höfða mál, kemur það skýrt fram í orðum Jökuls bróður Þorsteins að þetta er ögrun við veldi þeirra frænda á svæðinu. Þótt Þorsteinn sýni Óttari mikla „góðvild" að mati söguhöfundar, er hann eigi að síður að undirstrika það að það er hann sem hefur valdið í héraðinu, jafnvel þótt Óttari finnist að sér hafi verið sýndur ójafnaður.

Það er athyglisvert að í samtíma höfundar Hallfreðar sögu virðist það hafa verið algengt að ungir höfðingjasynir tækju sér dætur bænda fyrir frillur, jafnvel stórbænda. Fáar heimildir eru til um að þessi hegðun hafi verið talin þeim til vansa og jafnvel kann það að hafa verið bændafjölskyldum í hag að tengjast höfðingjum með þessum hætti þótt ekki hafi verið um eiginlegar mægðir að ræða.[10] Dæmi um þetta er samband Sturlu Sighvatssonar við Vigdísi Gísladóttur (Gilsdóttur). Hann kvæntist henni ekki, en fjölskylda hennar virtist ekki hafa neitt við það að athuga. Síður en svo, því bræður hennar eru oft nefndir í liði með Sturlungum og Sturla felur einum þeirra, Kálfi, ýmis verkefni sem benda til þess að hann sé trúnaðarmaður hans, jafnvel löngu eftir að Sturla hefur gengið að eiga Sólveigu Sæmundardóttur.[11]

Því er það nokkuð undarlegt að þessir sömu bræður bregðast harkalega við því þegar jafningi þeirra, bóndi úr næstu sveit, Eyjólfur Kársson, „slær á nokkuð marglæti" við aðra systur þeirra, ekkjuna Þórhildi

---

[10] Um þetta hafa tveir íslenskir sagnfræðingar fjallað nýlega: Auður Magnúsdóttir, „Ástir og völd. Frillulífi á Íslandi á þjóðveldisöld." *Ný Saga 2* (Reykjavík: Sögufélag, 1988), bls. 4–12; Agnes S. Arnórsdóttir, *Konur og vígamenn. Staða kynjanna á Íslandi á 12. og 13. öld* (Studia historica, 12. Reykjavík: Háskólaútgáfan, 1995).

[11] *Sturlunga saga, Árna saga biskups, Hrafns saga Sveinbjarnarsonar hin sérstaku* I–II, ritstj. Örnólfur Thorsson (Reykjavík: Svart á hvítu, 1988), bls. 247, 309, 407, 453.

(bls. 247). Hér getur Hallfreðar saga enn aukið skilning okkar á félagslegum veruleika eignamanna úr leikmannastétt á þessu tímaskeiði. Hún segir nefnilega frá tilraun bróður Valgerðar, Hallfreðar Óttarssonar vandræðaskálds, til að hegða sér á nákvæmlega sama hátt og Ingólfur (bls. 144 o.áfr.).[12] Hann gerir sér títt um Kolfinnu dóttur Ávalda bónda að Hnjúki í Vatnsdal, en vill ekki ganga að eiga hana. Ávalda þykir sér óvirðing gerð með þessu en leitar hvorki til goðans né til föður Hallfreðar, heldur til vinar síns, bóndans Más á Másstöðum, sem ráðleggur honum að gifta dóttur sína Grísi nokkrum Sæmingssyni, bónda sem framast hefur erlendis í þjónustu Miklagarðskeisara. Griss og Ávaldi semja um þetta en Hallfreður heldur áfram fyrri háttum þar til hann er tekinn og bundinn, fyrst af Grísi og síðan af föður sínum.

Munurinn á aðstöðu Hallfreðar og Ingólfs kemur fram þegar hugað er að stöðu hvers og eins í þeim leik sem hér fer fram. Ávaldi er bóndi eins og Óttar og Gríss. Að nafninu til er hann því jafningi þeirra á sama hátt og Eyjólfur Kársson á 13. öld er jafningi þeirra Gíslssona (Gilssona). Fyrsti hluti Hallfreðar sögu, þar sem segir frá ævintýrum Óttars og Ávalda sem barna í Noregi, flækir þó myndina. Annars vegar sýnir hann forna vináttu þeirra og hins vegar að Ávaldi hafi verið eilítið lægra settur í Noregi heldur en Óttar. Það kemur m.a. fram í því að Óttar var í fóstri hjá föður Ávalda, en í fornum sögum bendir það oftast til nokkurs mannamunar.[13] Galti, móðurbróðir Óttars, lýsir því einnig yfir að hann sé fyrir þeim fóstbræðrum, auk þess sem Ávaldi lýtur forsjá fóstbróður síns þegar kemur að því að ákveða hvort flytjast skuli til Íslands. Þessi stöðumunur virðist ekki haldast á Íslandi, þar sem báðir taka sér bólfestu á yfirráðasvæði Vatnsdæla. Þess vegna vekur hegðun bæði Hallfreðar og Ávalda spurningar.

---

[12] Hallfreðar saga hefur varðveist í tveimur mjög líkum gerðum, önnur í Möðruvallabók og hin sem hluti af Ólafs sögu Tryggvasonar hinnar mestu í nokkrum skinnhandritum, þ.á m. Flateyjarbók. Sá munur er á gerðunum tveimur að röð frásagnanna tveggja af ástamálum unga fólksins hefur víxlast og vandséð hvor gerðin er upprunalegri. Að öðru leyti eru þær að mestu samhljóða og hefur þetta misræmi því engin áhrif á það sem hér er sagt um söguna.

[13] Sjá t.d. Örvar-Odds sögu, *Fornaldarsögur Norðurlanda*, 2. bindi, ritstj. Guðni Jónsson (Reykjavík: Íslendingasagnaútgáfan, 1954), bls. 202–3.

Framkoma Hallfreðar við fornvin föður síns er beinlínis meiðandi og naumast hægt að skilja hana öðruvísi en svo að hann telji sig og fjölskyldu sína vera hærra sett en Ávaldi. Því leyfist honum þetta framferði, á svipaðan hátt og goðasyni leyfist að hafa bóndadóttur sem frillu án þess að ætla sér að kvænast henni. Ávaldi er greinilega ekki sömu skoðunar, en það vekur athygli að hann leitar ekki til Óttars, heldur til nágranna síns og vinar, Más á Másstöðum. Söguhöfundur reynir ekki að útskýra hegðun Ávalda og segir ekki heldur frá viðbrögðum Óttars við henni, en það hlýtur að vera ætlun hans að lesendur furði sig á misræminu milli fyrri sögu þeirra og hvernig þeir bregðast við samdrætti barna sinna.

Reyndar má finna mögulega skýringu á hegðun Ávalda þegar litið er á hliðstæður við hana í öðrum Íslendingasögum. Í Egils sögu og Laxdæla sögu, sem eru líka taldar frá fyrri hluta 13. aldar, segir einnig frá fornvinskap þar sem líta má svo á að sá vinanna sem er lægra settur komi aftan að hinum. Í Eglu reynir Steinar Sjónason að ógna veldi Þorsteins Egilssonar með því að beita nautum sínum á jarðir hins síðarnefnda. Þó voru feður þeirra og föðurafar vinir og félagar. Þorsteinn hefur betur með tilstyrk föður síns og er það athyglisvert að niðurstaðan er sú sama og í viðureign Óttars við þá feðga: goðinn lætur þann sem ógnar veldi sínu flytja úr nágrenni við sig.[14] Í Laxdælu kemur Bolli aftan að fóstbróður sínum Kjartani þegar hann gengur að eiga heitkonu hans Guðrúnu, en sá síðarnefndi hafði ávallt verið talinn fremri hinum fyrri. Síðari samskipti þeirra sýna að þeir eru að takast á um þjóðfélagsstöðu og að Kjartan vill fyrir alla muni vera hærra settur en Bolli.[15]

Í ljósi þessa má setja fram þá kenningu að Ávaldi veit að það þýðir ekkert fyrir hann að leita til Óttars, því líkur séu á því að það beri svipaðan árangur fyrir hann og þegar Óttar treystir á Þorstein goða Ingimundarson. Í staðinn neitar hann að viðurkenna stöðumun á sér og

---

[14] *Egils saga Skalla-Grímssonar*, útg. Sigurður Nordal (Reykjavík: Íslenzk fornrit II, 1933), bls. 277 o.áfr.

[15] *Laxdæla saga, Halldórs þættir Snorrasonar, Stúfs þáttr*, útg. Einar Ólafur Sveinsson (Reykjavík: Íslenzk fornrit V, 1934), bls. 135 o.áfr.

fóstbróður sínum og ákveður, að ráði Más að Másstöðum, að gifta dóttur sína jafningja þeirra beggja, bóndanum Grísi, sem þó hefur það fram yfir þá báða að hann hefur framast við hirð erlends konungs.

Að athafna sig á mörgum sviðum

Það mætti setja samband Óttars og Ávalda upp í eins konar félagslega stærðfræðijöfnu: Óttar hefur eitthvað sem Ávaldi hefur ekki og þetta „plús-x" Óttars á rætur í sameiginlegri fortíð þeirra í Noregi. Þótt aðstæður hafi breyst með komu þeirra til Íslands, virðist Hallfreður telja að enn sé mannamunur á fjölskyldunum. Það skýrir hegðun hans gagnvart Kolfinnu. En Ávaldi neitar að taka „plús-x" þeirra feðga gilt. Milli fjölskyldnanna er núna einfalt jafnaðarmerki. Svo gerir Ávaldi bandalag við Grís og þannig er nýtt „plús-x" komið inn í jöfnuna, frami Gríss við konungshirð. Nú er munurinn Óttari og Hallfreði í óhag. Sem félagslega táknrænt auðmagn hefur fortíð í Noregi vikið fyrir nútíð við erlenda hirð. Eins og Óttar virðist átta sig á, er eini möguleikinn fyrir son hans á að rétta hlut sinn sá að halda utan á vit útlendra höfðingja og verða sér þar úti um það auðmagn sem á vantar. Þetta gerir Hallfreður með góðum árangri og þegar hann kemur aftur til Íslands og svívirðir Grís er greinilegt að staða hans hefur breyst. Nú eru jafningjar að kljást enda stefnir deila þeirra í hólmgöngu, úr því hvorugur getur neytt félagslegs aflsmunar til að hafa betur. Fréttin af dauða Ólafs konungs leysir svo deiluna áður en til bardagans kemur, því konungurinn vitjar Hallfreðar í draumi og biður hann um að hætta við hólmgönguna og bæta Grísi svívirðinguna með fégjöldum. Gríss er hirðmaður stólkonungsins. Það að hann skilur betur en aðrir viðbrögð Hallfreðar við láti Ólafs konungs undirstrikar jafna stöðu þeirra. Hallfreður hefur bætt við sig jafngildi þess sem Gríss hafði umfram hann áður.

Hallfreður og Gríss hafa því hvor um sig bætt stöðu sína á einu sviði með því að ná góðri stöðu á öðru. Í heimildunum má finna fjölmörg dæmi um menn sem hafa framast í þjónustu erlendra konunga, bæði í samtímafrásögnum eins og Sturlungu og í þeirri mynd sem þessi samtími gerði sér af fortíðinni og lesa má úr Íslendingasögum. Í samtíðarsögunum virðist þetta síður en svo bundið við síðustu áratugi þjóðveldisins og bendir þetta til þess að íslenskt samfélag hafi lengi – jafnvel frá öndverðu – haft svið norsku konungshirðarinnar sem mögulegan vettvang fyrir þá sem vildu bæta félagslega stöðu sína, ýmist vegna þess að þeir gátu það ekki heima fyrir, eða til að auka við hana þar. Þegar komið er fram á 13. öld mætti því segja að á Íslandi hafi um nokkurt skeið verið við lýði félagslegt rými sem einkenndist af fleira en einu sviði. Það hefur haft í för með sér að einstaklingar, einkum þeir sem tilheyrðu efri lögum samfélagsins, voru búnir að tileinka sér nokkuð sveigjanlega hugmynd um virðingu. Þeirrar virðingar sem ekki var hægt að öðlast innan sjálfstæðs sviðs eignamanna á Íslandi, mátti afla sér á sviði konungshirðarinnar. Þessi virðing var ekki af sama tagi og sú sem menn öðluðust heima fyrir og ekki var farið eins að við að afla hennar.

Einkar þýðingarmikið er að þetta gerir okkur kleift að tengja samfélagsgerð á fyrri hluta 13. aldar saman við hugsunarhátt Íslendinga eins og hann birtist í heimildum um þá og eftir þá. Þeir eru sér fyllilega meðvitaðir um að á þessum tveimur sviðum gilda ekki sömu leikreglur, að hirðin krefst skilyrðislausrar hlýðni og hollustu við konung. Á sviði eignamanna úr leikmannastétt var virðing manna mæld og hún gat aukist eða minnkað eins og gengi gjaldmiðla stígur og sígur nú á dögum. Innan hirðarinnar gat virðing manna reyndar hækkað og lækkað, nema virðing konungs sem var föst og óbifanleg stærð. Virðing höfðingja á Íslandi var sveiflum háð, eins og fram kemur í ummælum Sturlu Þórðarsonar um föðurbróður sinn Snorra þegar hann segir að virðing hans hafi gengið hæst á Íslandi á ákveðnu tímaskeiði.[16] Aftur á móti byggir hugmyndafræði konungsvaldsins á því að konungurinn sé ekki eins og aðrir menn og því ekki lagður á hann sami mælikvarði og þá. Auk þess útdeilir konungurinn virðingu til annarra. Því felst aðferðin við að auka samanlagt auðmagn sitt á þessu

---

[16] Sjá *Sturlunga sögu*, bls. 254; einnig Torfi H. Tulinius, „Snorri og bræður hans", bls. 49.

sviði fyrst og fremst í því að þjóna konungi vel og öðlast traust hans og helst vináttu.

Í þeim köflum sem lýsa dvöl Hallfreðar við hirð Ólafs konungs Tryggvasonar, sýnir höfundur sögunnar að hann þekkir ekki síður reglurnar sem gilda þar en í samfélagi eignamanna úr leikmannastétt á Íslandi. Þó er skilningur hans á viðkvæmri stöðu hirðmannsins andspænis konunginum ekki eins djúpstæður og sá sem býr undir Egils sögu Skalla-Grímssonar, sem var samin á fyrri helmingi 13. aldar, líklega af Snorra Sturlusyni. Sá hluti þeirrar sögu sem fjallar um Þórólf Kveld-Úlfsson sýnir á meistaralegan hátt þær hættur sem fylgja því fyrir metnaðarfullt höfðingjaefni að gerast þjónustumaður konungs. Hann þarf sífellt að beygja eigin metnað undir vilja konungs, jafnvel að þola það að konungurinn svipti hann valdi og virðingu af tilefnislausum ótta við að hann kunni að gera uppreisn. Harmleikur Þórólfs felst í því að þola ekki óréttlætið og geta ekki mjúklætt sig fyrir konungi. Í staðinn rís hann upp og þá er óhjákvæmilegt að konungurinn taki hann af lífi.

Aftur á móti sýnir síðasti hluti sögunnar, sem fjallar um deilu Þorsteins Egilssonar og Steinars Sjónasonar, hvernig hlutirnir ganga á sviði eignamanna á Íslandi. Þar er það þingmaðurinn Steinar sem reynir að ógna veldi goðans Þorsteins og fær til þess stuðning nágrannagoðanna sem vilja gjarna auka virðingu sína á kostnað hans. Hér er virðingin eins konar vogtala sem rís og fellur, fyrst og fremst eftir áræðni manna og festu og hve lagnir þeir eru við að nýta sér stöðu sína innan félagslega rýmisins. Egils saga ber því vott um það sem kalla mætti „félagslegt tvísæi". Þetta á ekki síður við Hallfreðar sögu og það kæmi ekki á óvart þótt sama gildi um velflestar Íslendingasögur og þetta sé eitt af höfuðeinkennum þeirra sem bókmenntagreinar og jafnvel margra konungasagna líka, ekki síst Morkinskinnu og Heimskringlu sem túlka iðulega sýn Íslendingsins á hirðlífið.[17]

Það er ekki unnt að svara slíkri spurningu í stuttri ritsmíð.[18] Þó er

---

[17] Ármann Jakobsson, *Í leit að konungi. Konungsmynd íslenskra konungasagna* (Reykjavik: Háskólaútgáfan, 1997). Sjá einkum VII. kafla.

[18] Ég hef þegar fjallað um eðli Íslendingasagna í upphafi ritgerðarinnar „Framliðn-

nauðsynlegt að benda á að Íslendingasögurnar þrjár sem hér hafa verið til umræðu bera þess merki að höfundar þeirra eru ekki síður kunnugir leikreglum á þriðja sviðinu, sviði trúar og kirkju.

Kirkjan og trúin sem svið í félagslega rýminu

Áðurnefnd bók Orra Vésteinssonar sýnir, eftir því sem heimildir leyfa, gagnvirk áhrif kirkju og leikmanna á öllu tímabilinu sem hún nær til. Kirkjan nær fótfestu í landinu og þrífst í skjóli fyrirmanna úr hópi leikmanna, en við það vex vegur hinna síðarnefndu og aðstaða til að auka völd sín. Eftir því sem á líður öðlast kirkjan meira sjálfstæði. Til forystu þar eru valdir menn sem raska valdajafnvæginu milli kirkju og leikmanna, t.d. Þorlákur helgi, Guðmundur Arason eða Árni Þorláksson. Þannig verður smám saman til sérstök sjálfsvitund klerkastéttarinnar.[19] Einn af mörgum kostum bókarinnar er að hún sýnir að staða kirkjunnar er sífellt að þróast og breytast á þessum tíma, ekki síður en önnur svið í félagslega rýminu, þ.e. svið goða og þingmanna og svið hirðarinnar. Breytingar þessar eru hver annarri háð: breytingar á stöðu kirkjunnar hafa áhrif á leikmenn og öfugt, auk þess sem prestar hafa forráð fyrir leikmönnum á mörgum svæðum langt fram á öldina.[20]

Ekki er hægt að einskorða svið trúarinnar í íslensku samfélagi á fyrri hluta 13. aldar við kirkjuna því tilvera leikmanna var mjög mótuð af trúnni, enda voru þeir allir hluti af kristnu trúarsamfélagi þótt þeir væru ekki prestvígðir.[21] Ef skilja á hegðun leikmanna, m.a. í innbyrð-

---

ir feður. Um forneskju og frásagnarlist í Eyrbyggju, Eglu og Grettlu." *Heiðin minni. Greinar um fornar bókmenntir*, ritstj. Baldur Hafstað og Haraldur Bessason (Reykjavík: Mál og menning, Heimskringla, 1999), bls. 283–316, og í kaflanum „The Matter of the North. Fiction and uncertain identities in thirteenth-century Iceland." *Old Norse Literature and Society*, ed. M. Clunies Ross (Cambridge: Cambridge University Press, Cambridge Studies in Medieval Literature, 2000), bls. 242–65. Það sem hér er ritað skal skoða sem viðbót við það sem þar er sagt.

[19] Um sjálfsvitund kirkjunnar manna, sjá einkum 5. kafla bókarinnar, bls. 209 o.áfr.
[20] Um presta með mannaforráð, sjá sama rit, 5. kafla, bls. 182 o.áfr.
[21] Orri beinir lítt sjónum að trúarlegri hegðun leikmanna í bók sinni, þó hún sé

is baráttu um völd og virðingu, verður að átta sig á því að þeir tilheyrðu einnig trúarsviðinu en þar giltu aðrar leikreglur og sóst var eftir annars konar auðmagni en á hinum tveimur sviðunum. Á trúarsviðinu varð virðingin því til með öðrum hætti en á hinum tveimur.[22] Uppspretta hennar var hjá guði, en þar sem guð gerir sjaldan vart við sig, eru það túlkendur hans sem veita þessa virðingu. Þeir eru fyrst og fremst klerkar, þótt aðrir í þessu kristna samfélagi hafi að einhverju leyti tileinkað sér bæði útleggingar þeirra og túlkunaraðferðir.[23] Á þessu sviði ákvarðast virðingin af því hvort viðkomandi hafi hegðað sér eins og kristnum manni ber.

Í þessu samhengi má ekki gleyma því að vald trúarinnar yfir lífi leikmanna á þessu skeiði, ekki síst yfir höfðingjum, var töluvert. Biskupar gátu bannfært menn og hafði það margvíslegar óþægilegar afleiðingar fyrir þá. Bannfæring þýddi m.a. að aðrir máttu ekki hafa samneyti við þá. Hún gat einnig skapað þeim erfiða réttarfarslega stöðu, ekki síst með tilliti til erfða, eða neytt þá til utanferða, sem gat haft mjög slæm áhrif á stöðu þeirra heima fyrir.[24] Kirkjan hafði þó fyrst og fremst vald

vitaskuld mikilvæg hlið á kristnun íslensks samfélags sem bókin fjallar um. Til þess hefði hann haft gagn af rannsóknum Régis Boyer á trúarlífi Íslendinga á Sturlungaöld en hann gerir grein fyrir þeim í bók sinni *La vie religieuse en Islande 1116–1264 d'après la Sturlunga saga et les sagas des évêques* (Paris: Fondation Singer-Polignac, 1979).

[22] Áhugavert dæmi um samspil tvenns konar virðingar á sviði hirðar og trúar má finna í Ísleifs þætti Gissurarsonar. Þar segir frá því þegar Ísleifur kemur til hirðar Ólafs konungs Haraldssonar og hittir fyrir landa sinn, Brand örva Vermundarson, sem gefur honum skarlatsskikkju sem konungur hafði þá nýlega gefið Brandi. Þegar konungur fréttir þetta, fyrtist hann nokkuð við en þegar hann hefur barið Ísleif augum segir hann m.a.: „suo litzst mer aþig at ek uil fela mig undir bænum þinum". Ísleifur svarar: „herra allgod þotti mer adr giofin Brandz en þo myklu meiri virding at þiggia af ydr uit þessi um mæli" (*Byskupa sögur*, I. hefte, útg. Jón Helgason, Kaupmannahöfn: Ejnar Munksgaard, 1938, bls. 22). Hér er viðbótar virðingin sem Ísleifur öðlast af tvennu tagi, annars vegar virðing sem hlýst af konungi, hins vegar virðing sem fylgir því þegar heilagur maður þekkir annan. Sú fyrri tilheyrir sviði hirðarinnar en sú síðari sviði trúarinnar.

[23] Um þetta sjá grein mína „The Prosimetrum Form 2: Verses as an Influence in Saga Composition and Interpretation." *Skaldsagas. Text, Vocation, and Desire in the Icelandic Sagas of Poets*, ritstj. Russell Poole (Ergänzungsbände zum Reallexikon der germanischen Altertumskunde, 27. Berlin: Walter de Gruyter, 2000), bls. 191–217.

[24] Um utanferðir íslenskra höfðingja sjá Helgi Þorláksson, „Rómarvald og kirkju-

yfir því hvernig menn ímynduðu sér afdrif sín og sinna eftir andlátið. Það skipti máli að hafa samið frið við hana, t.d. til að fá að hvíla í vígðum reit, eða til að reyna að tryggja sér og sínum nánustu vist á himnum. Heimildir eru mjög auðugar af dæmum þess að fólk legði töluvert á sig vegna látinna ættingja.

Virðingin sem menn gátu öðlast á trúarsviðinu var því af öðru tagi en á hinum sviðunum. Þótt hún hefði bein áhrif á stöðu manns í samfélaginu, byggði hún fyrst og fremst á táknrænu auðmagni, svo notast sé við hugtak Bourdieu. Auðmagn af þessu tagi gat aukið virðingu manna á margvíslegan hátt. Leitað var til „góðgjarnra manna" til að veita úrskurði í deilum manna, auk þess sem vel er hugsanlegt að ættmenn þess sem bjó yfir einhvers konar heilagleika hafi séð sér hag í því að ávaxta þess konar táknrænt auðmagn. Frásagnir Sturlu Þórðarsonar af föður sínum, afstöðu Þórðar í deilum höfðingja við Guðmund biskup góða, og annað framferði benda til þess að hann hafi viljað draga það fram að hann hafi verið vinur kristninnar.[25] Hneigð Hrafns sögu Sveinbjarnarsonar er enn augljósari að þessu leyti, þótt ekki sé hægt að fullyrða að hún hafi verið samin af ættmönnum Hrafns. Í þeirri sögu er nánast reynt að gera Hrafn að píslarvotti.[26]

Flestir ef ekki allir höfðingjar hafa því einhvern tímann á ferli sínum þurft að taka ákvörðun um það hvort sóst yrði eftir virðingu á sviði trúarinnar eða tekin sú áhætta að fórna henni á því sviði til að auka hana á öðru. Þetta á við um þá Þorvald Snorrason og Sturlu Sighvatsson. Þeir fremja verknaði sem leiða til þess að þeir eru bannfærðir, en treysta því að þeir geti bætt fyrir það síðar með Rómarferð. Reyndar á það sennilega við um alla þá sem voru að reyna að bæta stöðu sína, hvort sem það var á sviði goða og þingmanna eða innan hirðarinnar,

---

goðar." *Skírnir* 156 (Reykjavík: Hið íslenska bókmenntafélag, 1982), bls. 51–67. Um bannfæringar sjá Láru Magnúsardóttir, „Agameðöl kirkjunnar fyrir siðaskipti: Bannfæringar." *Íslenska söguþingið 28.–31. maí 1997. Ráðstefnurit*, II. bindi (Reykjavík, 1998), bls. 210–22.

25 Sjá *Sturlunga sögu*, bls. 221, 385 og 387.
26 Um þetta sjá inngang Guðrúnar P. Helgadóttur að útgáfu hennar á sögunni: *Hrafns saga Sveinbjarnarsonar*, ed. by Guðrún P. Helgadóttir (Oxford: Clarendon Press, 1987), bls. lxxxi o.áfr.

að þeir þurftu einnig að hafa annað augað á stöðu sinni á trúarsviðinu. Dæmin sanna að oft urðu menn að velja hvor tegund virðingar skipti meira máli, fyrst og fremst þegar sló í brýnu milli kirkjunnar og leikmanna, einkum í tíð biskupanna Þorláks helga og Guðmundar góða. Það að menn þyrftu að kunna margar leikreglur innan hins félagslega rýmis hefur haft áhrif á það hvernig þeir hegðuðu sér en ekki síður á það hvernig þeir túlkuðu hegðun annarra, hvort sem um raunverulegar manneskjur var að ræða, eins og í samtíðarsögunum, eða persónur úr fjarlægri og að verulegu leyti tilbúinni fortíðarmynd, eins og í Íslendingasögum. Við höfum þegar séð að Hallfreðar saga vitnar um sýn yfir tvö svið, en frásögnin af því hvernig Ólafur konungur lætur sér umhugað um afdrif líkama skáldsins eftir dauða þess ber vott um að trúarsviðið hafi ekki síður skipt máli en hin tvö.[27] Það á raunar við um fjölmargar aðrar Íslendingasögur að þær sýna skilning höfunda þeirra á því að persónurnar tefli ekki bara um virðingu sína hérlendis og við konungshirðina, heldur einnig á himnum. Nægir að minna á iðrunartár Guðrúnar Ósvífursdóttur í Laxdælu, orð Njáls um að hann verði ekki látinn brenna bæði í þessum heimi og hinum næsta, svo ekki sé minnst á það sem rannsóknir Hermanns Pálssonar segja okkur um hugmyndaheim Njálu, Hrafnkötlu og Grettlu.[28] Sjálfur hef ég haldið því fram að betur megi skilja byggingu og myndmál Egils sögu ef hún er lesin í ljósi kristinna trúarhugmynda.[29]

[27] Nýlega hafa tveir bandarískir fræðimenn birt áhugaverðar túlkanir á sögunni í ljósi miðaldakristni: Marianne Kalinke, „Stæri ek brag: Protest and Subordination in *Hallfreðar saga*." *Skáldskaparmál* 4 (Reykjavík: Stafaholt, 1997), bls. 50–68, og John Lindow, „*Akkerisfrakki*. Traditions Concerning Óláfr Tryggvason and Hallfreðr Óttarsson vandræðaskáld and the Problem of Conversion." *Sagas and the Norwegian Experience: Sagaerne og Norge. Preprints. Fortrykk.* 10. Internasjonale sagakonferanse. 10th International Saga Conference, Trondheim, 3–9 August 1997 (Trondheim: Senter for middelalderstudier, 1997), bls. 409–18.

[28] Meðal rita Hermanns Pálssonar skulu nefnd hér: *Art and Ethics in Hrafnkel's Saga* (Kaupmannahöfn: Munksgaard, 1971), *Úr hugmyndaheimi Hrafnkels sögu og Grettlu* (Studia Islandica, 39. Reykjavík: Menningarsjóður, 1981), og *Uppruni Njálu og hugmyndir* (Reykjavík: Menningarsjóður, 1984).

[29] Sjá bók mína *La "Matière du Nord". Sagas légendaires et fiction dans l'Islande médiévale* (Paris: Presses de l'Université Paris-Sorbonne, 1995), en hún er væntanleg innan skamms í enskri þýðingu sem 13. bindi ritraðarinnar The Viking Collection hjá Odense University Press. Sjá einnig „Egla og Biblían." *Milli himins og jarðar: Maður, guð og menning í hnotskurn hugvísinda. – Erindi flutt á hugvísindaþingi guð-*

Svið valdsins

Í þeirri gerð Guðmundar sögu Arasonar sem Arngrímur ábóti ritaði um miðbik fjórtándu aldar eru höfð eftirfarandi orð um bræðurna þrjá, þá Snorra, Sighvat og Þórð Sturlusyni:

> Þrjá bræðr verðr at nefna, þótt ólíkir væri, er svá hétu: Þórðr, Snorri, Sighvatr, Sturlusynir. Þórðr var þeirra beztr, Snorri í mið, en Sighvatr vestr; ok því kveðum vér svá at með fullteknu orði, at Þórðr var alla götu inn trúasti vin herra Guðmundar biskups, sem bæði lýsist í sögunni fyrr ok síðarr, þar fyrir fékk hann alvarliga vináttu biskupsins.[30]

Sá sem stýrði fjöðurstafnum var uppi meira en öld síðar en bræðurnir. Líklega var hann að semja rit sem átti að sannfæra æðstu stjórn kirkjunnar um að taka ætti Guðmund í heilagra manna tölu.[31] Það gæti skýrt hvers vegna sú vog sem hann notar til að vega bræðurna þrjá virðist eingöngu miðuð við svið trúar og kirkju. Virðingin er vegin og metin eftir einu kerfi reglna og gilda en ekki fleirum.

Í Íslendingasögu Sturlu Þórðarson er sagt frá atburði í lífi bræðranna þriggja sem sýnir skilning Sturlu á því að hegðun föður hans og föðurbræðra var mótuð af kröfum margra sviða en um leið að bræðurnir kunnu allir þrír að spila eftir reglum fleira en eins sviðs. Atvikið á sér stað á pálmasunnudegi árið 1236. Sighvatur og sonur hans eru að leggja undir sig veldi Snorra í Borgarfirði. Nokkru áður hafði Snorri hafnað ráði stuðningsmanna sinna um að halda norður með mikla sveit manna gegn liði því sem þeir feðgar voru að safna gegn Snorra.

---

fræðideildar og heimspekideildar 18. og 19. okt. 1996, ritstj. Anna Agnarsdóttir, Pétur Pétursson og Torfi H. Tulinius (Reykjavík: Háskólaútgáfan, 1997), bls. 125–36.

[30] Sjá *Biskupa sögur* I, útg. Jón Sigurðsson, Guðbrandur Vigfússon, Þorvaldur Björnsson og Eiríkur Jónsson (Kaupmannahöfn: Hið íslenska bókmenntafélag, 1858), bls. 71.

[31] Stefán Karlsson, „Guðmundar sögur biskups: Authorial Viewpoints and Methods." *Stafkrókar. Ritgerðir eftir Stefán Karlsson gefnar út í tilefni af sjötugsafmæli hans 2. desember 1998*, ritstj. Guðvarður Már Gunnlaugsson (Reykjavík: Stofnun Árna Magnússonar á Íslandi, 2000), bls. 153–71.

Hann sagðist ekki „vera búinn til þess að fara að bróður sínum á þeim hátíðum er þá fóru í hönd" (bls. 376) og brá á það ráð að yfirgefa Reykholt og halda suður til bús síns á Bessastöðum. Áður handsalaði hann Þórði bróður þeirra Reykholt og bú sitt sem eftir var. Þegar Þórður fréttir að Sighvatur er kominn í Borgarfjörðinn með yfir þúsund manna her, fer hann til móts við hann í Hvítársíðu:

> Veitti hann Sighvati átölur miklar um það er hann fór að bróður sínum á hátíðum og segir að hann mundi stór gjöld fyrir slíkt taka af guði, gamall maður.
> Sighvatur tók undir í gamni og með nokkurri svo græð: „Hvorgi okkar þarf nú að bregða öðrum elli. Eða hvort gerist þú nú spámaður frændi?"
> Þórður svarar: „Engi em eg spámaður en þó mun eg þér verða spámaður. Svo mikill sem þú þykist nú og trúir á þinn mátt og sona þinna þá munu fáir vetur líða áður það mun mælt að þar sé mest eftir sig orðið."
> „Reiður ertu nú frændi," segir Sighvatur, „og skal eigi marka reiðs manns mál. Kann vera okkur talist betur í annað sinn þá er við erum báðir í góðu skapi og skal þess að bíða (bls. 377–78).

Baksvið deilunnar er það að Snorri og Sturla Sighvatsson hafa um nokkurra ára skeið verið að deila um goðorð í Dölum og yfirráð yfir Vestfjörðum, en Þórður hefur blandast í þessar deilur, vegna ítaka sinna í Dölunum og veldis síns við Breiðafjörð. Hefur Þórður heldur dregið taum Snorra, e.t.v. vegna þess að honum hefur þótt Sturla líklegri til að reyna að auka veldi sitt á sinn kostnað en Snorri. Þetta eru því innbyrðis deilur höfðingja innan sviðs eignamanna, þar sem hver um sig er að reyna að verja svæði sitt eða auka við það. Leikreglurnar sem farið hefur verið eftir hafa falist í því að ganga á þingmenn hvors um sig og er ljóst af frásögn Íslendingasögu að Sturlu og Sighvati finnast að Órækja Snorrason hafi verið heldur aðgangsharður við þingmenn þeirra á Vestfjörðum. Það er fremur sjaldgæft við þessa deilu, ef ekki einstakt, að farið er með fjölmennan her milli héraða í þeim tilgangi að leggja undir sig alla eign andstæðingsins.

Má vera að Snorri hafi ekki átt von á svo mikilli hörku af hálfu þeirra feðga, og það skýri hvers vegna hann kýs fremur að hörfa heldur en að láta vopnin tala. Með því að eigna Þórði verðmætasta góss sitt vonast hann til að geta haldið því frá Sturlu og Sighvati, þar sem þeir eiga ekkert sökótt við Þórð. En hegðun feðganna er ekki í samræmi við það sem búast má við og brátt kemur í ljós að innrásin í Borgarfjörðinn er bara einn áfangi af mörgum í sókn Sturlu til fullkominna yfirráða yfir Íslandi. Næstu skref hans eru að tryggja vald sitt yfir öllum Vestfirðingafjórðungi en síðan að ná undirtökum á Suðurlandi og Norðurlandi. Hann er því ekki að hegða sér eins og hefðbundinn höfðingi sem ætlar að auka veldi sitt án þess að umbylta grundvallarskipan mála á landinu. Hann hefur lofað að koma landinu undir Noregskonung, og er því farinn að spila eftir öðrum leikreglum, þeim sem gilda á sviði hirðarinnar.[32]

Bræðurnir þrír eru orðnir gamlir þegar hér er komið sögu, Þórður er sjötugur, Sighvatur hálfsjötugur en Snorri að nálgast sextugt. Af augljósum ástæðum eru þeir farnir að hugsa um hvað taki við eftir jarðlífið, en kaþólska trúin gefur nokkuð skýr fyrirheit um það á þessum tímum. Því er það nokkuð sjálfgefið að Þórður höfði til trúarinnar þegar hann gerir tilraun til að fá Sighvat ofan af áformum sínum. Hann bendir honum réttilega á að það sé synd að fara að svo nánu skyldmenni og að það geri syndina enn alvarlegri sé hún drýgð á stórhátíðum. Snorri hefur reyndar allt sitt á þurru að þessu leyti, því hann hvarf frá fyriraetlan sinni um herför á hendur þeim feðgum á föstunni.

Það sem er athyglisvert við viðbrögð Sighvats er að hann er alls ekki verr að sér í kristinni siðfræði en bróðir hans og hikar ekkert við að mæta honum á þeim velli. Þegar Þórður ógnar honum með reiði guðs, svarar hann með því að benda bróður sínum á að hann telji sig vera líkan spámanni, það er innblásinn af heilögum anda og færan um að tala fyrir munn guðs. Hann gerist því sekur um dramb sem er höfuð-

---

[32] Um tilraun Sturlu til að leggja undir sig landið sjá Jón Jóhannesson, *Íslendinga saga. I. Þjóðveldisöld* (Reykjavík: Almenna bókafélagið, 1956), bls. 291–99.

synd. Þegar Þórður svarar með hrakspá um afdrif hans og sona hans vænir Sighvatur hann um höfuðsyndina reiði. Með því að vísa sjálfur í guðfræði slær hann öll vopnin sem Þórður hugðist nota á sviði trúarinnar úr hendi hans. Margt bendir til þess að það hafi verið eitt helsta einkenni íslenskra höfðingja á þessum tíma að vera vel færir um að athafna sig á mörgum sviðum. Gissur Hallsson, afi Gissurar Þorvaldssonar, er gott dæmi um slíkan mann. Hann var ríkur höfðingi heima fyrir, náði þeirri tign að vera stallari Noregskonungs, var klerkur góður og endaði svo ævina sem ráðsmaður í Skálholti, en það virðist hafa fært honum margvísleg völd á trúarsviðinu.[33] Þótt þeir hafi ekki allir skarað fram úr með þessum hætti, mætti áreiðanlega segja svipaða sögu af fjölmörgum öðrum einstaklingum sem heimildir greina frá, þ.e. að þeir hafi kunnað að fóta sig á fjölmörgum sviðum og getað tekið mið af þeim ólíku reglum og gildum sem einkenndu hvert sviðanna fyrir sig. Því betur sem þeir gátu þetta, því betur vegnaði þeim í félagslega rýminu sem heild. Það var vegna þess að svið valdsins í hinu flókna fjölsviðasamfélagi sem Ísland var orðið á fyrstu áratugum 13. aldar einkenndist af margvíslegum og stundum andstæðum kröfum hinna ólíku sviða. Allar tilraunir til að skýra það á hvern hátt Íslendingasögur spretta úr jarðvegi íslensks samfélags 13. aldar verða því að taka mið af því félagslega margsæi sem einkennir þetta og öll önnur flókin samfélög.

Virðing skálda: bókmenntir sem svið í íslensku samfélagi á 13. öld?

Í riti sínu *Fortælling og ære* gerir Preben Meulengracht Sørensen sér fulla grein fyrir því að virðing sé breytileg eftir því hvort um hirðlíf eða samskipti goða og bænda sé að ræða. Kemur það fram t.d. í greiningu hans á Egils sögu (bls. 144). Þótt hann geri að mínu mati of lítið úr áhrifum trúarsviðsins á Íslendingasögurnar (bls. 303–11), er ég sammála honum í heildarniðurstöðu hans sem er að best sé að líta á sögurnar sem tilraun samfélagsins til að segja frá og skilja hegðun einstak-

---

[33] *Sturlunga saga*, bls. 192–93.

linga innan þess. Þess vegna tel ég að sú sýn á hið flókna samfélag 13. aldar, sem hér hefur verið kynnt og byggir á nokkrum af grundvallarhugtökum Pierre Bourdieu geti styrkt kenningu hans.[34] Við skiljum betur hegðun einstaklinganna og sókn þeirra eftir virðingu, ef við áttum okkur á því að hugsun þeirra, sjálfsmynd og heimssýn hefur mótast í samfélagi þar sem til eru fleiri en eitt svið í skilningi Bourdieu. Hvert svið gerir ólíkar kröfur til þeirra en gefur þeim líka tækifæri til að öðlast þá virðingu sem þar er í boði og þar með að auka samanlagt félagslegt auðmagn sitt.

Í fyrri grein minni um íslenskt miðaldasamfélag í ljósi kenninga Pierre Bourdieu, fjallaði ég um bókmenntir sem menningarauðmagn.[35] Þar skoðaði ég nokkrar hliðar á því hvernig bókmenntaiðja gat nýst höfðingja í sókn hans eftir virðingu. Þegar ég samdi greinina var ég ekki farinn að hugsa um íslenskt samfélag 13. aldar sem fjölsviðasamfélag eins og ég hef nú gert. Það sem hér hefur komið fram hefur vonandi rennt stoðum undir það að gagnlegt sé til skilnings á Íslendingasögum að líta á þær sem tjáningarform einmitt þess konar samfélags. Mig langar að lokum til að færa nokkur rök fyrir því að á 13. öld móti fyrir sjálfstæðu sviði bókmenntaiðkunar á Íslandi og það geti skýrt að hluta til hvers vegna sagnaritun varð jafn háþróuð hér og raun ber vitni.

Á ferli sínum hefur Bourdieu fjallað öðru hverju um félagsfræði bókmennta og lista, með sérstöku tilliti til kenninga sinna um sviðin. Það er að líkindum bók hans um skáldsöguhöfundinn Gustave Flaubert sem er helsta framlag hans til þessara fræða. Hún heitir *Les règles de l'art. Genèse et structure du champ littéraire*,[36] en það útleggst „Reglur listarinnar. Tilurð og formgerð bókmenntasviðsins". Þar fjallar Bourdieu um það hvernig bókmenntirnar verða endanlega að sjálfstæðu sviði í samfélaginu um miðbik 19. aldar. Í tilraun Flaubert til að

---

[34] Þessi kenning er sett fram í knappara formi í Preben Meulengracht Sørensen, „Social Institutions and Belief Systems of Medieval Iceland (*c.* 870–1400) and their Relationship to Literary Production." *Old Norse Literature and Society*, bls. 8–29.
[35] „Snorri og bræður hans", bls. 55–58.
[36] Paris: Seuil, „Libre examen", 1992.

skapa verk sem þyrfti enga aðra réttlætingu en eigin fegurð kristallast það sem hefur smám saman verið að gerast í vestrænni menningu á áratugunum og öldunum á undan: bókmenntaiðja fer að búa til sín eigin gildi, þ.e. sérstakar tegundir auðmagns og reglur um það hvernig þær verða til. Þannig verða þær óháðari mati annarra sviða, t.d. kirkjunnar, ríkisvaldsins eða markaðarins, en um leið fer af stað keppni um stöður innan sviðsins sem leiðir m.a. til framþróunar og nýbreytni í afurðum þess.[37]

Það er auðsætt að margt breyttist á þeim rúmlega sex öldum sem liðu frá dauða Snorra Sturlusonar þar til Flaubert gaf út *Frú Bóvarý*. Borgarmenning þróaðist í Evrópu með tilheyrandi háskóla- og menntalífi. Prentlistin var fundin upp og þá hófst hin langa barátta fyrir prentfrelsi. Það var svo ekki fyrr en höfundarrétturinn fór að öðlast viðurkenningu, um líkt leyti og franska byltingin reið yfir, að félags- og efnahagsleg skilyrði höfðu skapast fyrir því að sjálfstætt bókmenntasvið gæti orðið til. Þrátt fyrir þetta hlýtur tilurð og mikill vöxtur bókmennta eftir leikmenn á Vesturlöndum á 12. og 13. öld, þar á meðal á Íslandi, að eiga sér félagslegar rætur.

Ekki veit ég til þess að áður hafi verið reynt að styðjast við félagsfræði Pierre Bourdieu til að skýra hvers vegna bókmenntaköpun öðlast slíkan sess í vestrænu miðaldasamfélagi að menn lögðu hæfileika og orku sína í að búa til þau miklu meistaraverk sem til eru frá þessum tíma, bæði á sviði ljóðlistar og sagnalistar. Ástarljóð trúbadúranna, rómönsur Chrétien de Troyes, *Strengleikar* Marie de France, *Parzival* Wolfram von Eschenbach, *Guðdómlegur helgileikur* Dante, *Tídægra* Boccacio, *Kantaraborgarsögur* Chaucer og *Erfiljóð* Villon, bera vott um það að til var fólk sem fannst bókmenntir skipta svo miklu máli að það var tilbúið að leggja á sig ómælt erfiði í þeirra þágu. Þónokkrar Íslendingasögur tilheyra þessum hópi meistaraverka evrópskra miðalda og

---

[37] Ágæta úttekt á bókinni er að finna hjá John Guillory, „Bourdieu's Refusal." *Pierre Bourdieu. Fieldwork in Culture*, ritstj. Nicholas Brown og Imre Szeman (Lanham, Bouler, New York, Oxford: Rowman & Littlefield, 2000), einkum bls. 33–39. Sjá einnig kafla 3, „Pour une science des œuvres", í bók Bourdieu, *Raisons pratiques. Sur la théorie de l'action* (Paris: Seuil, „Points", 1994), bls. 59–80. Enska þýðingin kom út 1998, *Practical Reason. On the Theory of Action* (Cambridge: Polity Press).

það er ýmislegt í heimildunum sem bendir til að vísir að sérstöku bókmenntasviði hafi verið til á hans dögum.

Nátengt þessu er að sjálfsögðu staða hirðskáldsins og hlutverk skáldskapar í samfélaginu, eins og ég hef þegar fjallað um í fyrri grein minni. Það sem hér verður beint sjónum að er hvort vísbendingar séu um að einhverjum hafi þótt skáldskapur hafa sjálfstætt gildi óháð því sem hann gat haft á öðrum sviðum, t.d. sem leið til að öðlast vináttu höfðingja, eins og kveðskapur Snorra um Skúla jarl og Hákon konung, eða til að setja fram hæfilega margræðar túlkanir á atburðum líðandi stundar, eins og vísurnar sem ganga á milli höfðingjasetra eftir Sauðafellsför.[38]

Það verður að segjast að það sem ég hef fundið til þessa er ekki mikið að vöxtum. Auk þess er það að mestu leyti tengt skáldskap en ekki sagnaritun og flest annað hvort sótt í ævi Snorra eða Egils sögu. Fyrsta dæmið er þó úr Gunnlaugs sögu ormstungu og varðar gagnkvæmt mat Hrafns Önundarsonar og Gunnlaugs ormstungu á kvæðum sem þeir ortu hvor um sig fyrir Ólaf Svíakonung.[39] Það sýnir að til var fegurðarmat á skáldskap. Á hann var lagður mælikvarði sem honum var eiginlegur. Lagt var mismunandi mat á menn eftir því hvort þeir voru góð skáld eða ekki, enda er þónokkur fjöldi dæma um það í fornum ritum að sagt sé um menn að þeir séu góð skáld.[40] Þess vegna er skáldskapur að þessu leyti líkur sviði: um hann gilda reglur og misjafnt er hvernig menn beita þeim og hve fagurlega þeir gera það.

Það að til séu handbækur um reglur skáldskaparins, þ.e. *Edda* Snorra Sturlusonar og *Málskrúðsfræði* bróðursonar hans, Ólafs hvítaskálds Þórðarsonar, bendir einnig til þess að skáldskapur hafi verið leikur sem tekinn var alvarlega í íslensku miðaldasamfélagi. Báðir þessir menn voru höfðingjar og hirðskáld. Sú spurning vaknar hvort þeir hafi tileinkað sér færni í þessum leik öðru fremur í þeim tilgangi að koma sér

---

[38] *Sturlunga saga*, bls. 315–19.
[39] *Íslendingasögur og þættir*, ritstj. Bragi Halldórsson o.fl. (Reykjavík: Svart á hvítu, 1986), bls. 1180.
[40] Sjá *Hrafns sögu Sveinbjarnarsonar*, bls. 35, *Sturlunga sögu*, bls. 18 og 254, *Íslendingasögur og þættir*, bls. 75 („mikið skáld"), 77, 1166 („skáldmenn miklir"), 1169 („skáld mikið"), 1171, 1196, 2217.

í mjúkinn hjá erlendum fyrirmönnum. Ólafur orti reyndar drápu um Þorlák helga en segja má að sú iðja tilheyri trúarsviðinu eins og hirðkveðskapurinn tilheyrir hirðsviðinu og segir okkur ekkert um það hvort til hafi verið sérstakt bókmenntasvið.

Það að Snorri skyldi móðgast þegar Sunnlendingar hæddust að skáldskap hans um Skúla jarl er þó vísbending um að svo hafi verið.[41] Þegar hér er komið sögu hefur Snorri þegar uppskorið það sem hann gat vænst frá konungshirðinni fyrir skáldskap sinn. Viðkvæmni hans fyrir háði samlanda sinna bendir til þess að skáldskapur hafi verið sjálfstæð iðja sem menn öðluðust sérstaka virðingu fyrir. Það er því vel hugsanlegt að hann hafi verið sjálfstæður hluti af sjálfsmynd Snorra, ekki bara leið til að öðlast virðingu á öðrum sviðum. Snorri var metnaðargjarn og líklegt má telja að virðing höfðingjans hafi ekki nægt honum, að hann hafi einnig viljað njóta virðingar sem skáld, m.a. vegna þess hann hafði til að bera „félagslegt margsæi", þ.e. vitund um hin ólíku svið sem til voru innan félagslega rýmisins. Með því að skara fram úr á sem flestum þeirra vildi hann auka samanlagt félagslegt auðmagn sitt eða með öðrum orðum virðingu sína.

Í samtíðarsögum er stundum sagt frá mönnum sem virðast hafa lítið félagslegt auðmagn til að bera annað en það að vera góð skáld. Þessir menn höfðu mjög ólíka stöðu í félagslega rýminu en nutu samt virðingar fyrir skáldskap. Þetta er önnur vísbending um að færni á því sviði hafi þótt hafa sjálfstætt gildi, þ.e. að hún hafi verið sérstök tegund auðmagns. Hér verður enn stuðst við Snorra, því í Málskrúðsfræðinni skráir Ólafur hvítaskáld vísu eftir föðurbróður sinn, sem hann orti til vinar síns, Eyjólfs Brúnasonar. Um Eyjólf segir að hann hafi verið „skáld einkar gott ok búþegn góðr, en eigi féríkr". Í lok vísunnar setur Snorri fram þá ósk að Eyjólfur „lifi sælstr und sólu sannauðigra manna".[42] Sú hugmynd að fátækt skáld geti verið „sannauðugt" bendir ákveðið til þess að Snorri gerði ráð fyrir sviði þar sem það að vera

---

[41] *Sturlunga saga*, bls. 263–64 og 269.
[42] Um þetta hefur Bjarni Einarsson fjallað í merkilegri grein, „Skáldið í Reykjaholti." *Eyvindarbók. Festskrift til Eyvind Fjeld Halvorsen* (Oslo 1992), bls. 34–35. Margt af því sem hér kemur fram byggir á þeim viðhorfum til Snorra sem Bjarni lýsir í greininni.

„skáld einkar gott" hefði mikið gildi, jafnvel meira en það auðmagn sem keppt var um á öðrum sviðum.

Í þessu ljósi er fróðlegt að skoða Egils sögu, sé gert ráð fyrir því að Snorri hafi sett hana saman. Bent hefur verið á að sagan fjalli öðru fremur um skáldið og skáldskapinn, hið myrka eðli skáldsins og gildi skáldskaparins, m.a. sem lífgjafa þess sem harmurinn hefur svipt lönguninni til að vera til.[43] Það er í kvæðinu Sonatorreki sem athyglisverðustu viðhorfin til skáldskapar eru orðuð. Skáldskapur er „íþrótt vammi firrð" (24. vísa) og líf í skáldskap er „lastalaust" (3. vísa).[44] Sá fyrirvari skal hafður að enn þykir ekki afsannað að Egill hafi ort kvæðið sjálfur, og enn síður sannað að Snorri hafi ort það.[45] Það skiptir e.t.v. ekki öllu máli, því höfundur sögunnar valdi að hafa kvæðið í sögunni, hvort sem Egill samdi það, hann sjálfur eða einhver annar. Þar með varð það hluti af heildarmerkingu sögunnar. Að skáldskapurinn skuli sagður vera vammi firrður bendir til samanburðar milli hans og annars athæfis, t.d. þess að vera hermaður, hirðmaður eða höfðingi. Ólíkt þessum sviðum er svið skáldskaparins þess eðlis að sá sem haslar sér þar völl þarf ekki að togast á við aðra um þau takmörkuðu gæði sem í boði eru á sviðinu. Því neyðist hann ekki til að brjóta siðalögmál við vissar aðstæður. Á þessu sviði er hann laus undan hættum, kvöðum og andstæðum kröfum hinna sviðanna. Því er sá auður sem skáldskapurinn færir manni „sannur".

Í framhaldi af þessu er athyglisvert að skoða fimmtu vísu Sonatorreks, því þar er gripið til kenningar sem byggir á Biblíunni á sama hátt og margar aðrar kenningar byggja á frásögnum úr heiðni: „þat berk út ór orðhofi mærðar timbr máli laufgat." Hér er greinilega vísað í 17. kafla Fjórðu Mósebókar sem segir frá því þegar Yahve sagði Ísraelslýð

---

[43] Sjá áðurnefnda grein Bjarna og einnig Margaret Clunies Ross, „The Art of Poetry and the Figure of the Poet in *Egils saga.*" *Parergon* 22, 1978, bls. 2–12. Endurprentað í *The Sagas of Icelanders*, ritstj. John Tucker (New York: Garland, 1989), bls. 126–49.
[44] Það skal tekið fram að nokkur óvissa ríkir um það hvernig túlka eigi þessa vísu, sjá skýringar Sigurðar Nordals, *Egils saga*, bls. 247.
[45] Ég ræði þetta nokkuð í áðurnefndri grein minni „Egla og Biblían", bls. 134. Ítarlegri umræðu er að finna í Torfi H. Tulinius, „The Prosimetrum Form 2: Verses as an Influence in Saga Composition and Interpretation", bls. 193–98.

að velja sér æðsta prest með þeirri aðferð að útbúa teinunga, einn fyrir hvern ættflokk. Þeir skyldu lagðir inn í hið allra helgasta, í tjaldið þar sem sáttmálsörkin var geymd. Þegar teinungarnir voru bornir út hafði einn þeirra laufgast og borið ávöxt. Timbur var borið út úr hofi og hafði laufgast fyrir tilverknað Heilags anda. Með því að vísa í frásögn úr Biblíunni ber hið prímsignda skáld Egill skáldskap sinn saman við verk Heilags anda.[46] Slíkur samanburður er naumast á færi heiðins skálds frá 10. öld og hlýtur að draga mjög úr líkum fyrir því að kvæðið sé rétt feðrað í sögunni. Hins vegar gerir samanburður af þessu tagi skáldum og verkum þeirra mjög hátt undir höfði sé tekið mið af heimssýn og gildismati kristinna manna á miðöldum. Að slíkur samanburður skyldi vera mögulegur styrkir þá hugmynd að skáldskapur hafi verið sérstakt svið innan íslensks samfélags á öndverðri 13. öld.

Í beinu framhaldi af þessu vaknar sú spurning hvort sama hafi gilt um sagnaritunina, þ.e. hvort sú iðja að setja saman sögur hafi einnig verið orðin að sjálfstæðu sviði innan samfélagsins til hliðar við eða í tengslum við skáldskaparlistina. Ýmislegt bendir til náinna tengsla milli skáldskapar og sagnaritunar. Í fyrsta lagi eru þeir örfáu sagnaritarar sem við þekkjum með nafni flestir einnig kunn skáld, þ.e. Snorri Sturluson og bróðursynir hans, Ólafur hvítaskáld og Sturla Þórðarsynir. Í öðru lagi fjalla fjölmargar Íslendingasögur um skáld, en auk Egils sögu má telja skáldasögurnar fjórar, Hallfreðar sögu, Kormáks sögu, Bjarnar sögu og Gunnlaugs sögu, að viðbættum Fóstbræðra sögu, Gísla sögu og Grettis sögu. Hvorttveggja stendur í eðlilegu sambandi við það að ritun konungasagna virðist hafa hafist fyrr en ritun annarra greina fornsagna, vegna þess að dróttkvæði voru notuð sem heimildir um fyrri konunga og þeim fylgdu gjarnan frásagnir af skiptum skáldanna við konunginn. En hvers vegna fóru menn að setja saman sögur um annað en konunga? Hluti af skýringunni hlýtur að vera að félagslegar einingar á borð við hirðir konunga og heimili höfðingja, höfðu ríka þörf fyrir skemmtun. Sú skemmtun skyldi einnig vera af því tagi að þessir hópar skæru sig úr því sem tíðkaðist hjá almúganum.

Þetta var samevrópskt fyrirbæri þar sem upphaf sagnaritunar á þjóð-

[46] Um þetta sjá nánar grein mína „The Prosimetrum Form 2", bls. 194–96.

tungum í Frakklandi, Englandi og Þýskalandi á 12. öld hefur einmitt verið tengt við hirðlíf og engin ástæða til að ætla annað en að sama hafi gilt um norrænu löndin þar sem áþekkar þjóðfélagsbreytingar áttu sér stað.[47] Frásögn Sturlu þáttar af því þegar Sturla Þórðarson segir norsku hirðinni svo vel söguna af tröllkonunni Huld að honum er falið að rita sögu Hákonar konungs Hákonarsonar sýnir að brýr voru á milli hinnar „alvarlegu" konungasagnaritunar og þess að setja saman sögur af því tagi sem „skemmt var Sverri konungi og kallaði hann slíkar lygisögur skemmtilegar", eins og segir í Þorgils sögu og Hafliða.[48] *Huldar saga, hvort sem hún var aðeins til í munnlegu formi eða Sturla hafði ritað hana, eins og orðalag þáttarins bendir raunar til,[49] hefur verið skyld fornaldarsögum sem eru mjög frábrugðnar Íslendingasögum að efni.

Ef tiltölulega auðvelt er að skýra tilurð konungasagna og fornaldarsagna út frá þörfum hirð- og höfðingjasviðanna, standa Íslendingasögur enn eftir sem ráðgáta, enda skera þær sig úr sem bókmenntagrein í samtíma sínum. Ekki er að sjá að þessi svið hafi haft beina þörf fyrir bókmenntir eins og Íslendingasögur. Kenningin um að þær hafi gegnt svipuðu hlutverki og konungasögur fyrir ákveðnar höfðingjaættir getur tæplega staðist,[50] og þótt skemmtigildi þeirra sé töluvert, eru þær flóknari og alvarlegri en svo að þær hafi verið settar saman einvörðungu til skemmtunar. Ekki hafa þær heldur verið festar á bókfell í þeim tilgangi einum að varðveita fróðleik, því margt í þeim er augljóslega fengið að láni úr öðrum ritum og getur því varla verið byggt nema að hluta til á frásögnum um liðna atburði sem varðveist hafa í munnlegri geymd.

Hver er þá sérstaða Íslendingasagna? Preben Meulengracht Søren-

[47] Um þetta sjá „Kynjasögur úr fortíð og framandi löndum." *Íslensk bókmenntasaga* II, höf. Böðvar Guðmundsson, Sverrir Tómasson, Torfi H. Tulinius og Vésteinn Ólason (Reykjavík: Mál og menning, 1993), bls. 181 o.áfr.
[48] Báðar þessar frásagnir er að finna í *Sturlunga sögu* I–II, bls. 22 og 765–67.
[49] „En er menn voru mettir sendi drottning eftir Sturlu, bað hann koma til sín og *hafa með sér* tröllkonusöguna." (Leturbreyting mín.)
[50] Nýlega og áhugaverða tilraun af þessu tagi er að finna í grein Ármanns Jakobssonar, „Konungasagan Laxdæla." *Skírnir* 172 (Reykjavík: Hið íslenska bókmenntafélag, haust 1998), bls. 357–83.

sen segir að íslenskt samfélag hafi verið án framkvæmdavalds og því hafi hver einstaklingur þurft að standa sjálfur vörð um virðingu sína. Íslendingasögur eru leið samfélagsins til að sýna og hugleiða þátt virðingar í lífi hvers og eins. Að mínu viti nægir þessi skýring ekki til að gera fulla grein fyrir sérstöðu Íslendingasagna, hvorki innan íslenskra né vestrænna miðaldabókmennta. Framkvæmdavald var alls ekki orðið svo þróað í öðrum löndum Vestur-Evrópu á 12. og öndverðri 13. öld að munurinn á þeim og Íslandi væri afgerandi. Bæði þar og hér þurftu einstaklingar, einkanlega ef þeir fylltu flokk stærri landeigenda, að vera tilbúnir að verja heiður sinn ef á þá var ráðist. Raunar eru helstu bókmenntategundir frá þessum tíma, þ.e. kappakvæði (*chansons de geste*) og rómönsur (*romans*), fullar af dæmum sem sýna að einstaklingum í þessum samfélögum var jafn nauðsynlegt að verja heiður sinn og íslenskum samtímamönnum þeirra. Þótt sóknin eftir virðingu skipti auðvitað miklu máli til skilnings á Íslendingasögum, tel ég það mikilvægara að þessi sókn átti sér stað í flóknara samfélagi en hingað til hefur verið gert ráð fyrir af bókmenntafræðingum, samfélagi þar sem margvíslegt framboð var á ólíkum tegundum virðingar eftir sviðum.

Reyndar voru önnur samfélög Vestur-Evrópu ekki síður flókin en hið íslenska og það má halda því fram með góðum rökum að það hafi verið enn flóknara í þeim löndum þar sem borgir þróuðust. Hvers vegna ólu þessi samfélög ekki af sér bókmenntaform sem fjalla á jafn skýran hátt og Íslendingasögur um stöðu og afdrif einstaklinga í flóknum þjóðfélagsveruleika? Ljóst er að ekki er nóg að líta aðeins á samfélagið sem ól þær af sér ef við viljum skilja tilurð og eðli Íslendingasagna. Einnig verður að skoða þær sem bókmenntaverk. Í eldri ritgerðum hef ég reynt að varpa ljósi á þessar sögur með því að beina sjónum að einkennum „tímarýmis" þeirra,[51] að reynslu höfunda þeirra og viðtakenda af samningu og túlkun dróttkvæða og af túlkun Ritningarinnar,[52] og loks að áhuga þeirra á „verufræðilegri óvissu" og

---

[51] „Framliðnir feður", sjá nmgr. 18.
[52] „The Prosimetrum Form 2", sjá nmgr. 23.

hvernig sögurnar setja þessa óvissu á svið.[53] Næstu skref til aukins skilnings á Íslendingasögum hljóta að felast í tilraun til að samþætta sýn bókmenntafræðingsins og sagnfræðingsins, en þau skref verða stigin annars staðar.

---

[53] „The Matter of the North", sjá nmgr. 18.

Helgi Þorláksson

Fé og virðing

Varð gott til fjár og virðingar

Á lokaskeiði þjóðveldisins, sem lauk 1262, komu fram voldugir goðar sem hlutu goðorð annarra, eða sölsuðu þau undir sig, og mynduðu svokölluð héraðsríki þar sem þeir ríktu einir. Fæstum þeirra nægði þetta enda leituðu þeir á stórgoða í öðrum héraðsríkjum og reyndu að færa út kvíarnar, mynda enn stærri ríki. Þegar meta skal á hverju völd byggðust á þessu skeiði, munu flestir staðnæmast við auð í merkingunni 'góður efnahagur'. En hvaða máli skipti sú virðing sem goðar nutu og hvernig dugði hún í valdabaráttu? Hvaðan kom goðum auður og hvaðan kom þeim virðing og hvort var mikilvægara í valdabaráttu, auður eða virðing?

Ekki fer á milli mála að í skrifum flestra fræðimanna telst auður hafa verið mikilvægastur í valdabaráttu á síðasta skeiði þjóðveldis (fram til 1262). Talið er að goðar hafi reynt að fjölga fylgismönnum sínum með gjöfum og veislum og herferðir voru vafalaust kostnaðarsamar. Af þessu leiðir að fræðimenn gera margir ráð fyrir að upprennandi stórgoðar hafi lagt mikla áherslu á að afla sem mestra tekna. Bent er á að metnaðargjarnir og uppríðandi fyrirmenn á þjóðveldistíma hafi sóst eftir auðugum kirkjum, stöðunum svonefndu, sem urðu til sem nokkurs konar sjálfseignarstofnanir á 12. öld.[1] Af þeim gátu þeir vafalítið

---

[1] Björn Þorsteinsson setti þetta á oddinn, *Íslensk miðaldasaga* (1978), 108–9. Um

haft töluverðar tekjur til eigin ráðstöfunar. Vísað er til þess að auðsöfnun Snorra Sturlusonar, sem var gríðarleg áður yfir lauk, var fólgin í þessu ma. en hann stofnaði og til sambanda við auðugar konur og fékk með þeim mikið fé. Ályktað er að auðsöfnun hans hljóti öðru fremur að hafa verið fólgin í jarðeignasöfnun. Menn gera því fastlega ráð fyrir að stórgoðar hafi lagt mikla áherslu á söfnun jarðeigna til þess að hafa af þeim landskuldir og leigur sem þeir gátu lagt í valdabaráttu sína.[2] Eins er stundum gert ráð fyrir að þeir hafi líka með söfnun leigujarða haft í huga að kveðja upp leiguliða til herferða.[3]

Þetta eru ekki óeðlilegar ályktanir enda vel kunnugt að íslenskir höfðingjar á síðmiðöldum (eftir 1300) stunduðu jarðeignasöfnun af kappi og höfðu um sig sveinalið sem mun að einhverju leyti hafa verið mannað með leiguliðum. Vandamál er hins vegar að lítt eða ekkert verður vart við jarðeignasöfnun goða á þjóðveldistíma, þegar Snorra sleppir.[4] Heimildir segja afar lítið eða nánast ekkert um jarðeignasöfnun goða almennt, sem merkir að hún hefur ekki verið umfangsmikil. Má til samanburðar við þennan heimildaskort benda á allan þann fjölda heimilda sem til er frá síðmiðöldum um jarðeignir höfðingja. Goðar náðu kannski undir sig fleiri en einu stórbýli en ekkert kemur

staði hefur mest og best ritað Magnús Stefánsson, sbr. bók hans *Staðir og staðamál. Studier i islandske egenkirkelige og beneficialrettslige forhold i middelalderen.* I. (Historisk institutt, Universitetet i Bergen. Skrifter 4, 2000).

[2] Björn Þorsteinsson skrifar td. að á 12. öld hafi kirkjugoðar verið „önnum kafnir að sölsa undir sig goðorð og fasteignir bænda", sama rit, 110. Núna síðast hefur Orri Vésteinsson fjallað um jarðeignasöfnun á þjóðveldistíma og telur að grunnur hennar hafi verið lagður á landnámstíma, þá þegar hafi komist á fót stéttir landeigenda og leiguliða og úr röðum hinna fyrrnefndu hafi komið fámennur hópur ráðamanna sem ríkti hver um sig yfir leiguliðum og fór með pólitísk völd á 12. og 13. öld, sbr. „The archaeology of *landnám*. Early settlement in Iceland." *Vikings. The North-Atlantic Saga* (2000), einkum 173–74.

[3] Jón Viðar Sigurðsson hefur dregið þetta fram nýlega og fer að nokkru eftir Gunnari Karlssyni, sbr. Jón Viðar Sigurðsson, *Chieftains and Power in the Icelandic Commonwealth* (1999), 116–17.

[4] Jón Jóhannesson tilgreinir aðeins tvö dæmi um jarðeigendur sem héldu leigujarðir. Annar, Steini Þorvarðarson, átti sex jarðir en hinn, Þórir prestur Þorsteinsson, átti tíu og voru báðir uppi á 12. öld. Kirkjur áttu jarðir og á þeim hafa setið leiguliðar en samt verður ekki um það vitað hvorir voru fleiri, sjálfseignarbændur eða leiguliðar, eins og Jón bendir á, sbr. *Íslendinga saga.* I. *Þjóðveldisöld* (1956), 411–12.

fram um að þeir hafi safnað jarðeignum, reynt að eignast sem flestar jarðir, og er þá Snorri enn undanskilinn.

Hins vegar er líka sýnt að sumir goðar urðu voldugir stórgoðar og ríktu í héraðsríkjum án þess að fram komi að þeir hafi setið á auðugum stöðum. Þetta veitir tilefni til að spyrja hvort völd þeirra byggðust frekar á virðingu og þar með fylgi en miklum tekjum.

Um virðingu í valdabaráttu hefur minna verið skrifað eða um þá persónulegu eiginleika og hæfileika sem færðu mönnum virðingu á þjóðveldistíma. Í merkri bók sinni *Chieftains and Power in the Icelandic Commonwealth* hefur Jón Viðar Sigurðsson þó dregið virðingu skýrar fram en vani hefur verið, teflt fram til samanburðar mikilvægi auðs og virðingar í valdabaráttu.[5] Bók Jóns Viðars er hin gagnlegasta og skrif hans hafa orðið mér tilefni nýrra hugleiðinga um efnið.

Jón Viðar telur að auður hafi skipt meira máli en virðing í valdabaráttu því að hann segir ma.: „Only those chieftain families that managed to secure a sound economic base were in position to survive the power struggles. If they lost their wealth, they had to withdraw from the struggles." Ennfremur segir hann: „Since it was primarily the chieftains' wealth that determined how many friends they had, this also largely determined the size of the domains" (þe. stærð héraðsríkjanna eða enn stærri ríkja). Hugsunin er sú að goðar hafi notað góðan efnahag til að 'kaupa' fylgismenn, svo að segja. Jón Viðar hefur skýrt gjafir og vináttu sem hagsmunasamband flestum betur og hann segir að goðum hafi verið keppikefli, „... to gain control of new economic resources, which in turn enabled them to establish friendships with more farmers thereby reducing the power of other chieftains." Þetta skýrir hann nánar á eftirfarandi hátt með gjöfum og veislum: „The chieftains used gifts to 'buy' new supporters and in order to maintain existing bonds. ... The chieftains used gifts to build up their power. ... The chieftains' feasts performed a similar function."[6] Þannig er höfuð-

---

[5] *Chieftains and Power*, 84–119. Persónulegir eiginleikar og auður voru áður á dagskrá í skoðanaskiptum okkar Gunnars Karlssonar sem birtust í *Sögu* 1980–83, sbr. og *Söguslóðir. Afmælisrit helgað Ólafi Hanssyni* (1979).

[6] Tilv. rit, 209–12.

áherslan á efnahagslegt og hagnýtt gildi veislna og gjafa, það er verið að 'kaupa' fylgi. Persónulegir hæfileikar voru nauðsynlegir að sögn Jóns Viðars en þegar á reyndi var það fyrst og fremst auður sem veitti völd. Hvernig fóru goðarnir þá að við öflun tekna? Bent hefur verið á ýmislegt fleira en staði og jarðeignasöfnun sem uppsprettur tekna en allt eru það ótryggar tekjulindir og tilviljunarkenndar, að því er virðist. Sennilegast er að goðar hafi jafnan þurft að treysta einna mest á framlög stuðningsmanna sinna og þeir hafi verið best settir sem áttu flesta fylgismenn og flesta vini meðal mektarbænda, möo. þeir sem nutu mestar virðingar.

Hvernig gátu goðar ætlast til framlaga af fylgismönnum? Sú kenning hefur víða hlotið fylgi meðal erlendra fræðimanna, og gæti einnig hérlendis, að tekjur fyrirmanna í fábreyttum samfélögum, eins og td. þjóðveldinu, hafi verið látnar þjóna pólitískum markmiðum. Æ fleiri benda á að fyrirmenn á miðöldum, amk. á ármiðöldum og lengi á hámiðöldum, hafi aflað tekna til að eyða þeim, og að markmiðið hafi verið félagslegt, svo sem að afla álits og fylgismanna. Spurn vaknar um það hvort íslenskir fyrirmenn hafi ekki verið eins ákafir að ávaxta fé sitt í jarðeignum og leigukúgildum og ætla mætti, heldur látið kröfu um örlæti og gjafmildi stýra sér og eytt fremur en ávaxtað. Ef samfélagið taldi örlæti og gjafmildi höfðingja til fyrirmyndar, hlaut það jafnframt að telja eðlilegt að þeim gæfist kostur á að afla tekna. Hugmyndin hefur þá verið sú að krafan um örlæti í fari oddvita samfélagsins leiddi til þess að framlög sem þeim voru fengin bærust samfélaginu að nýju í formi gjafa, veislna eða á annan hátt.

Áður hef ég vitnað í mannfræðinginn Elvin Hatch[7] og skrifað: „næg dæmi eru til um það í mannfræði að sæmd, álit og félagsleg staða, hafi skipt menn meira máli í fábreyttum samfélögum en efnahagslegur ávinningur", og ennfremur: „Höfðingjar breyttu fjármunum sínum í fylgi, fylginu í völd og völdin gáfu auð."[8] Um þetta ætla ég að fjalla nánar.

---

[7] Elvin Hatch, „Theories of social honor." *American Anthropologist* 91 (1989), 341–53.

[8] Helgi Þorláksson, *Vaðmál og verðlag. Vaðmál í utanlandsviðskiptum og búskap Íslendinga á 13. og 14. öld* (1991), 58, 178.

Vandi smágoða sem vildu verða stórgoðar var að breyta takmörkuðum fjármunum í fylgi. Frekar en að telja að efnaðir goðar hafi 'keypt' fylgi og hinir jafnan orðið úr leik sem ekki voru efnaðir, verður því haldið fram hér að metnaðargjarnir og efnalitlir smágoðar hafi getað náð árangri í valdabaráttu, jafnvel enn við lok þjóðveldis. Þess er getið til að aðferðin hafi verið að halda laglega á og afla sér virðingar með eigin verðleikum og þeim takmörkuðu fjármunum sem voru til ráðstöfunar. Samanburður á Sturlu Þórðarsyni og Sturlu Sighvatssyni verður látinn sýna hvernig þetta var unnt. Hér verða dregnar fram líkur þess að virðing sú sem goðar nutu hafi síðan aflað þeim tekna. Til athugunar verða tekin ummæli í Íslendingasögu Sturlungu um Sighvat Sturluson og konu hans og ummæli síðar í sömu heimild um Sturlu son þeirra. Um Sighvat og Halldóru konu hans segir: „Þeim varð gott til fjár og mannorðs", og um Sturlu: „Síðan fór Sturla heim og var bæði gott til fjár og virðingar." Hér er litið svo á að mannorð merki eitthvað svipað og mannvirðing og metorð og um það allt megi nota orðið virðing í merkingunni félagslegt álit, metorð sem byggðust á umtali og mati samfélagsins.

Samkvæmt þessu kom virðing á undan auði en ekki er rétt að leggja mikla áherslu á auð, aðgangur að tekjum væri kannski heppilegra orðalag. Goðar sem nutu virðingar og hylli öfluðu fylgismanna og valda, amk. áður en héraðsríki mynduðust um 1200. Þeir stofnuðu til formlegra sambanda við þingmenn og efndu til vináttusambanda við stórbændur. Spurningin er hvort sú aðferð að 'kaupa' sér fylgismenn með gjöfum og veislum hafi nokkurn tíma getað verið hin mikilvægasta til að treysta völd sín í miðstjórnarlausu samfélagi. Fylgi sem byggðist á virðingu var væntanlega traustara en það sem var 'keypt'. Gjafir sem gengu milli vina staðfestu samband þeirra en hæpið er að hugmynd um 'kaup' hafi verið ráðandi um slík sambönd, að hún hafi verið tekin fyllilega gild og ráðið mestu um fylgi.

Þótt á goðum hvíldi krafa um örlæti og gjafmildi, var ekki þar með sagt að þeir skyldu sífellt vera að eyða. Þetta hlaut að fara eftir tekjum og ekki er endilega víst að sá sem eyddi mestu hafi aflað mestrar virðingar eða mests fylgis. Fylgið var ekki endilega komið undir umfangi eyðslunnar, annars heyrðum við líklega miklu meira um rausnarlegar veislur. Hér verður kannað hvort veislur hafi kannski verið haldnar til að afla virðingar og viðhalda henni fremur en að 'kaupa' fylgismenn. Eins er um gjafir, hvort þær hafi fremur verið gefnar til að treysta vináttu en að 'kaupa' nýja fylgismenn. Það var ekki öllum hent og gefið að því er virðist að breyta fé í virðingu. Peter J. Wilson hefur sett fram kenningar um þetta í bók sinni *The Domestication of the Human Species* og verður kannað hvort þær geti varpað ljósi á íslenskar kringumstæður. Ekki var nóg að halda veislur og gefa gjafir, það var ekki sama hvernig það var gert, samkvæmt kenningum Wilsons. Og sennilega er lögð of mikil áhersla á veislur og gjafir í tengslum við valdabaráttu á þjóðveldistíma, margt fleira kom til greina þegar breyta skyldi tekjum í virðingu.

Goðavald var ekki bundið við erfðir, allir synir goða komu til greina þegar finna skyldi goðaefni. Hugmyndin um að elsti sonur skyldi erfa ríkið var komin fram snemma á 13. öld en ríkti ekki. Stórbændur og aðrir mektarmenn virðast hafa ráðið miklu um það hverjir urðu fyrir valinu og komu fótunum undir efnilega goða, fengu þeim jafnvel góðar ábýlisjarðir, eins og sýnt skal. Síðan reyndi á virðingu og vinsældir hvernig þeim gekk. Hvaðan kom virðingin? Hér verður því haldið fram að eftirsóknarverðir hæfileikar eða góðir persónulegir eiginleikar hafi reynst nauðsynlegir til að afla virðingar sem hafi verið forsenda valda. Í samfélaginu ríktu ákveðnar hugmyndir um hvernig goðar skyldu vera og haga sér. Þetta hefur td. verið svipað því að til norrænna konunga var gerð sú krafa, eins og dróttkvæði bera með sér, að þeir væru örlátir, bæði gjafmildir og gestrisnir. Blóðnískar aurasálir á konungsstóli urðu þá að láta eins og þeim væri ósárt um fé og mat, ætluðu þeir að halda virðingu. Hinn félagslegi heiður, virðingin, byggðist á áliti fólks, mati samfélagsins.[9] Kannað verður hvað það var sem samfélagið ætlaðist til af goðum sem nutu virðingar.

[9] Cynthia Herrup ritar: „Reputation was the interpretive transaction through which discrete incidents became or did not become imbued with honour. Reputation was the gauge of one's public compatibility. Reputation translated acts into words. It was based not on character, but on presentation; it was not only of the moment, but also transcendent; it was not about what you did, but about what people thought about you did. Honour and reputation were symbiotic, but

Niðurstöður um þetta allt saman verða svo notaðar til að veita innsýn í hvernig goðar fóru að því að verða stórgoðar og mynda héraðsríki. Skal nú litið nánar á þetta.

Aflaði auður valda?

Allir eru sammála um að goðum var nauðsyn að sitja á góðu búi, og ég bæti við, sem var vel í sveit sett, en þegar gera skal grein fyrir hversu mikið fé þeir þurftu til ráðstöfunar til að gerast stórgoðar, vandast málið. Ég hef áður reynt að slá á það tölum og talið að goði hafi getað komið undir sig fótum í valdabaráttu, hafi hann haft til ráðstöfunar höfuðból, 50–60 hundraða, og búfé fyrir sömu upphæð.[10] Þetta eru takmarkaðir fjármunir en sú skoðun er vafalaust ríkjandi að miklir fjármunir, auður, hafi verið forsenda valdasóknar, og styðst hún líklega einkum við ummæli um Snorra Sturluson en einnig við umsagnir um bræður hans.

Menn hafa skilið svo að hinir efnalitlu Sturlusynir, Þórður, Sighvatur og Snorri, hafi getað keypt sér völd svo að segja, auðugar konur og staðir hafi veitt þeim fé sem þeir gátu notað til að kaupa sér fylgi. Þeir voru fátækir við upphaf pólitísks ferils, Snorri mas. „félaus" (237), en þeir efnuðust og gerðust höfðingjar að sögn Íslendingasögu í Sturlungu.[11] Mikilvægir staðir og auðug kvonföng eru talin hafa dugað Þórði og Snorra vel í valdabaráttu enda segir um seinna kvonfang Þórðar: „Tók hann við henni mikið fé. Gerðist Þórður þá höfðingi" (232). Og um Snorra segir, eftir að hann var sestur að í Reykholti: „Gerðist hann þá höfðingi mikill því að eigi skorti fé" (242). Orðið „höfðingi" er í skrifum fræðimanna vanalega talið lúta að völdum en ekki td. gestrisni og rausn. Sighvatur bróðir þeirra Snorra og Þórðar var

---

not identical." Sbr. „'To pluck bright honour from the pale-faced moon': Gender and honour in the Castlehaven story." *Transactions of the Royal Historical Society*. Sixth Series. VI (1996), 139.
10   Helgi Þorláksson, „Stéttir, auður og völd á 12. og 13. öld." *Saga* XX (1982), 64–67.
11   Tölur í svigum eru tilvísanir í *Sturlunga sögu* I (1946) í útgáfu Jóns Jóhannessonar ofl. en II og síðutala í svigum merkir að vísað er í annað bindi þessarar útgáfu.

á staðnum Hjarðarholti í Dölum og „gerðist höfðingi mikill og vinsæll við sína menn" (243). Hann átti vingott við auðuga konu, Helgu á Brjánslæk, og „lagði jafnan stórfé til bús hennar en tók slíkt í mót af lendum sem hann vildi. Og dróst með því stórfé undir Sighvat" (235). Það er gömul skoðun að í valdabaráttu við lok þjóðveldis hafi goðar keppt um auðugustu staðina til að tryggja sér tekjur. Staðirnir voru nýjung á 12. öld og valdasamþjöppun var líka nýjung svo að eðlilegt er að menn hafi tengt þetta og líti á tekjur af stöðum sem helstu skýringu á því að fram komu stórgoðar. Snorri sat lengst í Reykholti og væri forvitnilegt að vita hvort tekjur staðarins hafi verið svo miklar að þær hafi skipt sköpum fyrir hann í valdabaráttu. Kannski var honum metnaðarmál að ná staðnum vegna þess að faðir hans hafði farið flatt fyrir þeim sem sátu þar og það var honum etv. mikill virðingarauki að honum tókst þetta. Kannski valdi hann sér staðinn til búsetu öðru fremur vegna samgangna. Þetta þarf að kanna betur.[12] Nýlega hefur Jón Viðar Sigurðsson komist að þeirri niðurstöðu að á meðal sex auðugustu staðanna á Suður- og Vesturlandi á þjóðveldistíma hafi verið Garðar á Álftanesi og Saurbær á Hvalfjarðarströnd.[13] Ekki er þess getið að goðar hafi setið þá eða ráðið fyrir þeim, líkt og umtalsverðar tekjur hafi ekki verið þeim neitt aðalatriði, en þetta þarfnast nánari skoðunar. Stafholt var líklega mun efnaðri staður en Reykholt og tekjur af honum munu etv. hafa verið Snorra drjúgar en báðum stöðum hafði hann náð um 1206.

Þórður Sturluson tók við Snorrungagoðorði eftir föður sinn og hefur þá haft ríki um Dali. Árið 1188 bjóst goðinn Ari sterki á Staðarstað á Snæfellsnesi til utanferðar og fékk Þórði Stað til varðveislu „og gifti honum Helgu dóttur sína. Þórður tók þar þá við búi og mannaforráði" (231). Ari dó í utanferðinni og þau Helga tóku arf eftir hann en ekki kemur fram hvort það var mikið fé. Þórður hlaut þannig hálft Þórsnesingagoðorð en hinn helming þess fékk honum til meðferðar Þor-

[12] Sjá um þetta Helgi Þorláksson, „Icelandic society and Reykholt in the 12th and 13th centuries with special reference to Snorri Sturluson." *Reykholt in Borgarfjörður.* Útg. Guðrún Sveinbjarnardóttir. (Research Reports 2000. National Museum of Iceland), 11–20.
[13] Jón Viðar Sigurðsson, tilv. rit, 109.

gils Snorrason af ætt Skarðverja (235). Þetta hlýtur að eiga að skilja þannig að Þórður hafi þótt efnilegur sem forystumaður og áhrifamenn verið að hlaða undir hann. Virðing hans var ótvíræð síðar, svo sem þegar hann var tekinn einn til gerðar um mál Hrafns Sveinbjarnarsonar og Þorvalds í Vatnsfirði árið 1210; slíkt var heiður sem hlotnaðist fáum, helst Jóni Loftssyni og sumum virtum biskupum. Þórður var þannig vel fallinn til mikillar virðingar. Er ekki auðsætt að auður hafi tryggt Þórði völd, hann hafði sjálfur komið vel undir sig fótum pólitískt, eða hlaðið hafði verið undir hann, áður en hann kvæntist í annað sinn og „gerðist höfðingi".

Þórður lét Sighvat hafa Snorrungagoðorð og hann eignaðist Halldóru Tumadóttur af Ásbirningaætt og þau tóku við staðnum í Hjarðarholti að sögn Íslendingasögu sem bætir við: „Þeim varð gott til fjár og mannorðs." Hjarðarholt mun aldrei hafa talist til tekjumikilla staða. Síðan segir að Sighvatur hafi lagt „stórfé" til bús Helgu á Brjánslæk og tekið af lendum hennar (235). Hvaðan kom honum þetta stórfé? Er sýnt að virðing og fé hafa farið saman og má spyrja hvort Sighvatur hafi kannski getað safnað stórfé vegna þeirrar virðingar sem hann naut, og þau hjón bæði. Sighvatur keypti Sauðafell, fór þangað búi og var þá sem fyrr sagði „höfðingi mikill og vinsæll við sína menn" (243). Vinsældir merkja hér vafalaust hylli sem byggðist á virðingu, miklu félagslegu áliti.

Snorri tók við stórfé eftir Bersa tengdaföður sinn 1202 og bjó á Borg nokkra vetur (237, 240). Honum tókst að ýta þeim út sem sátu í Reykholti og Stafholti, vart síðar en 1206, og hefur því haft snör handtök við að bera fé á menn, halda veislur og gefa gjafir og ógna með liðsafla sínum, ef það var þetta sem skipti mestu máli. Auðvitað þurfti Snorri pólitíska tiltrú, möo. virðingu, og þar með fylgi til að þetta væri unnt. Það eru til sögur frá þjóðveldistíma um menn sem opnuðu bæi sína og veittu mat öllum sem vildu, reistu skála um þjóðbraut þvera, og urðu að viðundri fyrir bragðið. Þorgils skarði opnaði Reykholt fyrir gestum og gangandi og dugði honum lítt í pólitískri baráttu, fé eyddist og hann varð að flytja sig um set (II, 122 oáfr.). Peningar einir og sér dugðu Snorra varla, meira þurfti til. Þórður bróðir Snorra var honum innan handar í fyrstu og tengsl við Odda og stuðningur Sæmundar Jónssonar voru Snorra notadrjúg í upphafi þegar hann fékk Herdísar á Borg og kannski lengur. Líklegast virðist að stuðningur Þórðar í Görðum, móðurbróður Snorra, hafi skipt sköpum. Hann gaf Snorra hálft goðorð og veitti honum þær heimildir sem hann taldi sig hafa til staðarins í Reykholti. Innanhéraðsmenn eins og Snælaug í Bæ, barnsmóðir Þórðar í Görðum, veðjuðu á Snorra og í krafti þess náði hann undir sig Stafholti. Héraðsmenn höfðu „þar niður settan" mann til forráða sem varð að víkja fyrir Snorra sem tók við „með ráði Snælaugar í Bæ" (Oddaverjaþáttur). Þórður í Görðum og Snælaug í Bæ töldu Snorra vænlegan kost og studdu hann. Hann hafði tiltrú og þess vegna náði hann stoðunum. Að svo búnu gerðist hann höfðingi að sögn Íslendingasögu, „því að eigi skorti fé". Það er erfitt að ímynda sér að hann hafi náð undir sig stöðunum með fjárgjöfum enda ekki gefið í skyn. Ekkert kemur fram um það að Herdís hafi flust með Snorra í Reykholt og má vera að þau hafi verið skilin strax 1206, eins og sumir hafa talið.[14] Allt er óvíst um ráðstöfun Borgarauðsins eftir 1206 en óhjákvæmilegt að gera ráð fyrir þeim möguleika að Snorri hafi ráðstafað honum áfram. Árið 1224 myndaði hann svo helmingafélag með Hallveigu Ormsdóttur, féríkustu konu á Íslandi, og svamlaði þá í auði. Hann jók áfram við eignir sínar, eignaðist td. Bessastaði, og sýnist hafa verið mikill fjáraflamaður.

Af því sem hér er sagt virðist mega álykta að Þórður hafi náð miklum völdum og notið virðingar áður en hann varð auðugur og að stórfé Sighvats hafi einhvern veginn tengst þeirri virðingu sem hann naut. Það er hins vegar til skoðunar hvort auður sá sem Snorri hlaut með kvonfangi hafi öðru fremur opnað honum leiðir til valda, hvað sem leið virðingu hans.

Í Íslendingasögu í Sturlungu segir að Snorri hafi haft virðingu af deilum við Magnús allsherjargoða á Seltjarnarnesi, líklega á árunum 1216–17 og er hnykkt á því jafnharðan: „Snorri hafði virðing af mál-

---

[14] Þau áttu tvö börn sem komust úr barnæsku, Jón var fæddur 1204 en Hallbera var eldri. Sigurður Nordal telur td. að þau Snorri og Herdís hafi ekki verið samvistum eftir 1206, sbr. *Snorri Sturluson* (1920), 4.

um þessum. Og í þessum málum gekk virðing hans við mest hér á landi." Síðan er tíundað að hann var skáld gott og hagur og hafði hinar bestu forsagnir fyrir verkum (269). Magnús allsherjargoði hafði ætlað að taka arf eftir ekkju eina „en skipta frændum hennar til handa slíkt sem honum sýndist." En honum varð ekki kápan úr því klæðinu, Snorri sá við honum og var bæði kænn og snarráður. Magnús var systursonur Sæmundar í Odda en það dugði honum lítt og sigur Snorra var því sætari en ella. Ekki kemur fram að góður efnahagur hafi skipt sköpum fyrir Snorra í deilunni, fremur var það lagakænska, óvænt stefnuför á tveimur ferjum frá Akranesi og líklega liðsafli 80 alskjaldaðra Austmanna, möo. vinátta við norska kaupmenn, sem dugðu honum best. Austmennirnir voru með Snorra í þingreið þar sem hann hafði á að skipa alls 720 manns. Norskir kaupmenn voru nánir vinir Sturlunga en illa við Oddaverja af pólitískum ástæðum.[15] Hins vegar segir sagan ekki hvort Snorri þurfti að kaupa sér fylgi hinna 640.

Meðal mannfræðinga stóðu um skeið deilur milli svonefndra formhyggjumanna ('formalista') og reyndarhyggjumanna ('súbstantívista'). Hinir fyrrnefndu settu á oddinn að mannskepnan hefði ætíð látið stjórnast af nytjahyggju og eiginhagsmunum og væri eðlilegt að bæta fjárhagsstöðu sína eftir mætti. Hinir síðarnefndu töldu að slíkar hugmyndir hefðu ekki gengið upp í fábreyttum samfélögum, td. samfélögum án miðstjórnarvalds, þar sem skynsamlegt hefði þótt að verja fé fremur í þágu samhygðar og samstöðu.[16] Hér kemur til álita hvort hið síðarnefnda hafi ekki átt við um þjóðveldið og hvort hugmyndir um að auður hafi fært völd á þjóðveldistíma séu ekki nánast vélrænar ályktanir út frá því sem menn þekkja best frá seinni tímum. Snorri virðist ekki staðfesta það, auðsöfnun hans gæti bent til að hann hafi reynt að tryggja völd með auði sínum, keypt þau með því td. að skylda leiguliða til ferða með sér ef hún er þá ekki fyrst og síðast vottur um fégræðgi. Amk. virðist sú skýring ekki eiga við að hann hafi safnað auði til að eyða honum, til þess hefði Snorri þurft að standa fyrir gegndarlausu

[15] Helgi Þorláksson, „Snorri Sturluson og Oddaverjar." *Snorri. Átta alda minning* (1979).
[16] Helgi Þorláksson, *Vaðmál og verðlag*, 36–40.

veisluhaldi og ausa út gjöfum eða eyða stórfenglega með öðrum hætti en þess er ekki getið. Það mun sennilega jafnan reynast örðugt að átta sig á hvað Snorra gekk til með auðsöfnun sinni og skiptir ekki máli þar sem hún fellur ekki inn í þekkt munstur um höfðingja. Ábendingar reyndarhyggjumanna virðast vænlegastar sem leiðarljós, hér verður kannað hvort goðar öfluðu tekna til að eyða þeim í þeim tilgangi að bæta félagslega stöðu sína, auka völd sín. Hvaða máli skipti virðing í því sambandi?

Um tekjur

Menn telja að metnaðargjarnir goðar hljóti að hafa leitað margra leiða til að afla tekna en vafist hefur fyrir að benda á öruggar tekjulindir.

Jesse Byock, Lúðvík Ingvarsson, William Ian Miller og Jón Viðar Sigurðsson hafa allir fjallað nokkuð um tekjur goða. Enginn þeirra gerir ráð fyrir að þingfararkaup hafi verið mikil tekjulind. Byock og Miller leggja mest upp úr tekjum sem goðar gátu haft af málarekstri en það hlaut auðvitað að vera nokkuð tilviljunarkennt. Jón Viðar telur að þá fyrst hafi málarekstur kostað bændur dýrt þegar þeir áttu í höggi við eigin goða eða treystu sér ekki til að leita til hans og urðu að leita til annarra goða um hjálp og er óvíst að það hafi verið algengt.[17] En vissulega gátu handsöluð mál af þessu tagi verið févænleg. Goðar gátu átt vígsakir eftir erlenda menn og eins tekið arf eftir útlendinga, sem önduðust á Íslandi, ef ekki var öðrum til að dreifa. Varla hefur verið algengt að goðar fengju mikið fyrir sinn snúð í slíkum málum.[18] Stundum náðu goðar undir sig allmiklu fé með því að krefjast arfs í erfðamálum þegar ekki var ljóst hverjum bar arfurinn eða þeir voru litlir bógar og ófærir sem stóðu næstir til erfða. Þá eru dæmi þess að goðar komu böndum á óvinsæla og auðuga nirfla og seldu þeim vernd með því að taka af fé þeirra. Lágættaðir gróðamenn

---

[17] Tilv. rit, 104.
[18] Lúðvík Ingvarsson, *Goðorð og goðorðsmenn* (1986), 172 oáfr.

nutu engrar virðingar og virðist hafa þótt sjálfsagt að goðar tækju af fé þeirra.[19]

Tekjurnar sem hafa verið tilgreindar voru oftast litlar eða tilviljunarkenndar. Athyglisverðast við þessa upptalningu er það að goðar gátu í sumum tilvikum gert kröfur um að þeir legðu fram fé eða fengju þeim fé til sem voru litlir bógar og lágættaðir gróðamenn eða óvinsælir nirflar. Samfélagið virðist hafa litið með velþóknun á slíkt og má spyrja hvort það hafi verið vegna þess að fastlega var búist við að goðar væru örlátir, gestrisnir og gjafmildir og að hið illa fengna fé rynni þannig til samfélagsins. Líklegt er að þetta lýsi almennri afstöðu, að goðum bæri að hafa fé í samræmi við virðingu sína og stöðu og hlaut þá oft að koma upp að goðar teldu æskilegt að vel stæðir þingmenn þeirra styrktu þá með framlögum, þeir fengju það hvort sem er aftur. Þetta gerðist þegar goðar þurftu að greiða bætur, goðinn Þorgils Oddason á Staðarhóli skyldi greiða bætur og fékk mikið fé hjá vinum sínum og krafði víða fjár. Guðmundur dýri bað líka víða fjár undir slíkum kringumstæðum og Snorri Sturluson átti hauka í horni meðal Akurnesinga sem munu hafa verið með honum í þingi og jafnvel vinir hans. Þegar hann deildi við Magnús allsherjargoða, fór hann halloka í fyrstu. Niðurstaðan var að Sæmundur í Odda, móðurbróðir Magnúsar, skyldi gera einn um gjöld og er bætt við: „Bændur af Akranesi gengu til handsala fyrir Snorra" (268). Í Njálu segir frá því að Gunnar á Hlíðarenda gat greitt sektir jafnharðan því að Njáll vinur hans lagði fram fé og ennfremur segir: „Svo átti Gunnar margan vin á þingi, að hann bætti þá upp öll vígin þegar ..." (Njálssaga, 66. kap.). Vel stæðir vinir voru mikilvægir. Bændur komu ennfremur fótum undir goða sem áttu lítið fé, svo sem Kolbein unga þegar hann hóf búrekstur.

Fátækir goðar hafa auðvitað getað haft ómælt gagn af auðugum stöðum og ríkum konum, svo sem dæmin af Sturlusonum sýna. En staðir og kvonföng hafa samt ekki valdið mestu um að tókst að mynda

---

[19] Helgi Þorláksson, „Social ideals and the concept of profit in thirteenth century Iceland." *From Sagas to Society.* Útg. Gísli Pálsson (1992), 239–43. Sami, *Vaðmál og verðlag*, 153–70.

héraðsríki, samanber stöðu Þorvalds Vatnsfirðings á Vestfjörðum og uppgang Kolbeins unga. Og Sighvatur Sturluson myndaði héraðsríki í Eyjafirði eða komst langt á þeirri leið þótt hann byrjaði þar með tvær hendur tómar, flestum framandi og óvelkominn og varð að treysta mest á persónulega hæfleika sína. Hann lét Sturlu syni sínum eftir völd í Dölum og jörðina Sauðafell. Goðinn af ætt Ásbirninga, Kolbeinn ungi, tók ungur við goðorðum eftir mikla upplausn og óvissu í Skagafirði, hann gekk ekki inn í alskapað héraðsríki en varð óumdeildur foringi í slíku ríki. Hann virðist aldrei hafa efnast neitt og hvorugur þeirra Sighvats sat staði á umræddum svæðum og efnahagur kvenna þeirra virðist ekki hafa haft nein úrslitaáhrif.[20] Það styrkir þessar ályktanir að Þorvarður Þórarinsson og Þorgils skarði fengu að heyra það þegar þeir buðu sig fram til goða í Eyjafirði og Skagafirði um 1255 og ætluðust til að bændur legðu fram fé þeim til styrktar. Þetta var greinilega það sem tíðkaðist í héruðunum í tíð Sighvats og Kolbeins; eftir að þeir höfðu náð þar undirtökum, var ráð fyrir því gert að bændur héldu þeim uppi. En var þetta nýjung í tíð þeirra Sighvats og Kolbeins eða gamall siður?

Hafi það verið svo að eðlilegt þætti að þingmenn legðu fram fé til að styrkja goða sína, hljóta það að teljast langmikilvægustu tekjurnar. Spurningin er hversu mikið þetta var og hversu oft. Hvenær gátu goðar gert sér vonir um framlög og undir hvaða kringumstæðum kröfðust þeir framlaga?

Margar leiðir sem nútímamenn fara til auðsöfnunar voru lokaðar fyrirmönnum þjóðveldis, svo sem viðskipti sem voru miðuð við ágóða. Það mun hafa samræmst hugmyndafræði þeirra illa að safna smájörðum til að koma upp sem flestum kúm í því skyni að mynda smjörfjöll eða fjölga ám í þeim tilgangi að framleiða sem mest vaðmál. Slík hugsun sigraði ekki í röðum fyrirmanna fyrr en um 1300.[21]

Aðalatriði fyrir goða virðist hafa verið að fá bændur til að fallast á framlög eða beinlínis að sækja fé til bændanna til þess að veita þeim aftur. Þetta kemur skýrt fram í svokallaðri sauðakvöð eða sauðatolli og

[20] Helgi Þorláksson, „Stéttir, auður og völd", 65–67.
[21] Sami, *Vaðmál og verðlag*, 178–81, 183–90.

í osttollum sem voru líklega föst árleg gjöld frá bændum en það voru aðeins fáir goðar sem náðu svo langt að koma þessu í kring.

    Snorri Sturluson reyndi að mynda héraðsríki í Borgarfirði og rök eru til að halda að honum hafi jafnvel lánast að koma á tolli í héraðinu, sauðatolli. Það gerðist amk. að Þorgils skarði þóttist vera arftaki Snorra í Borgarfirði, sat í Reykholti og sendi menn í sauðakvöð um allt hérað. „Fékkst það að kalla." Vatnsfirðingar kváðu líka á um sauði frá bændum og segir að það hafi lengi verið siður þeirra að afla með harðindum (361, 363) og þann hátt hafði Órækja Snorrason á þegar hann sat í Vatnsfirði en þó kemur fram, áður yfir lauk, að menn um alla Vestfirði hefðu gengið undir sauðakvöð Órækju án þess það teldust rán (389). Lengst mun Kolbeinn ungi í Skagafirði hafa náð, hann var óumdeildur foringi og naut sauðatolla og annarra tekna og arftakar hans eftir hann. Þessa fékk Þorgils skarði að njóta loksins þegar Skagfirðingar tóku við honum sem foringja, hann naut þá sauðakvaðar og hélt veislur og gaf gjafir. Gissur jarl naut þessa líka síðar, fékk á af hverjum þingfararkaupsbónda í Skagafirði. Ætla má að sauðatollur, sem skagfirskir bændur greiddu um 1240 eða fyrr, hafi í upphafi verið frjáls framlög. Rök til þess eru þau að Kolbeinn ungi tók við mannaforráðum með tvær hendur tómar og bændur komu undir hann fótunum með því að leggja til bús hans. Er líklegt að hin frjálsu framlög bændanna í Skagafirði hafi orðið að venjubundnum gjöldum, sauðatollum, líklega árlegum þótt það sé ekki tekið fram.

    Bændur gengu þannig misvel undir sauðatolla og er sýnt að slík gjöld byggðust mjög á vinsældum goða. Sighvatur varð vinsæll í Eyjafirði og Kolbeinn ungi var dáður í Skagafirði og Gissur Þorvaldsson naut hylli þar í héraði. Svo er líka að sjá að Þorgils skarði hafi orðið vinsæll og gengið innheimtan vel í Skagafirði. Órækja hefur jafnan fengið heldur slæmt orð sagnfræðinga en sumir hafa bent á að hann virðist hafa náð vinsældum á Vestfjörðum um 1235–6 því að hann safnaði þar 720 mönnum til herferðar árið 1236 og þótti það greinilega athyglisvert (390). Um það leyti gekk honum sauðakvöðin vel. Innheimta tekna byggðist þannig mjög á vinsældum, vináttu við mektarbændur og almennu fylgi meðal bænda.

Goðar munu ekki hafa greitt kostnað af herferðum, honum var jafnað niður á bændur og oft framfleyttu herir sér á ránum. Að einhverju leyti hafa goðar líklega borið kostnað af fylgismönnum en venja varð að hver stórgoði hefði jafnan 10–15 menn í fylgd sinni. Þetta var þó einkum einkenni á goðum sem innheimtu tekjur frá bændum. Virðing byggðist á ákveðinni hugmyndafræði og hún færði mönnum fylgi og völd. Hér er spurt hvort virðing og völd hafi fært mönnum auð. Á bilinu 1300–1700 færði auður þeim jafnan völd sem þau hlutu, hinir auðugustu menn hlutu venjulega sýsluvöld og síðar klaustraumboð. Konungur hóf til valda þá sem hann taldi að gætu staðið vél í skilum. Þessum mönnum var lífsnauðsyn að eiga miklar jarðeignir, hafa aðgang að leigutekjum. Auðurinn færði þeim völd og virðingu. Fyrir 1300 var þetta líklega alveg öfugt, virðing færði fylgi og völd sem færðu auð.

Forsendur virðingar og valda

Hvernig hlutu goðar virðingu? Voru ekki persónulegir hæfileikar og góðir eiginleikar aðalatriði í samkeppni um virðingu og fylgi? Smágoðum sem vildu ná árangri var auðvitað mjög til framdráttar að vera vel gefnir til munns og handa og hafa persónutöfra. En mikilvægast mun hafa verið að fullnægja kröfum samfélagsins um hvernig bæri að koma fram og haga sér. Sumir hafa verið ofsamenn í framgöngu og herskáir og mönnum stóð af þeim ógn; aðrir voru miklir ráðagjörðarmenn og stilltir og mönnum gat staðið af þeim ekki minni ógn. Valdabarátta var auðvitað fólgin í að sanna ágæti sitt og tryggja sér virðingu, svo sem með því að standa sig vel í deilum, halda vel á málum í átökum við harðskeyttan andstæðing. Mikilvægt var upprennandi goðum að leysa vel úr málum sem milligöngumenn eða gerðarmenn. Og það reyndi á mælsku og ráðsnilld á þingum. Það reyndi á öfluga forystu til að koma böndum á óeirðarmenn. Það reyndi á að eiga gott samstarf við erlenda kaupmenn, td. með því að hýsa þá. Mikilvægt var að fá frá þeim sjaldgæfan varning, matvæli, klæði og vopn sem gat verið snjallt að deila út og gera áberandi í veislum og með gjöfum. Það var líka mikilvægt að halda ofstopafullum kaupmönnum í skefjum. Til fyrirmyndar var að standa í gjafaskiptum við fræga menn erlendis. Mikilvægt sem vegarnesti var gæfa sem talin var fylgja sumum ættum en gat verið ærið völt. En svo lengi sem vel gekk var gæfan talin hliðholl og aðrir vildu njóta hennar. Fylgið fór eftir þessu.[22]

Fylgið byggðist þannig ekki eingöngu á góðum efnahag, menn gátu hugsanlega laðað að fylgi án þess. Goðar skyldu þó halda veislur og gefa gjafir, þeir skyldu vera flestum örlátari, tekjum sem þeir öfluðu skyldu þeir eyða. Tekjurnar virðast hafa verið mikilvægar til að halda tengslum við mektarbændur og aðra goða með gjöfum og heimboðum. En hvernig öfluðu þeir tekna, og hvernig breyttu þeir virðingu í tekjur?

Stórmenni og foringjar

Samanburður á hinum hæfileikaríku frændum Sturlu Þórðarsyni og Sturlu Sighvatssyni veitir vísbendingar um hvaða hæfileikar og eiginleikar dugðu best í valdabaráttu þar sem miðað var við að stofna héraðsríki. Sturla Þórðarson var hæfur maður og naut virðingar en varð lítið ágengt við að mynda héraðsríki og verða voldugur. Honum virðist hafa gengið fremur illa að breyta virðingu í tekjur og tekjum aftur í meiri virðingu. Hann er helsti heimildarmaður okkar um Sturlu Sighvatsson og aðdáun hans á honum sýnir að hann hefur talið Sturlu hafa það til brunns að bera sem þurfti til að verða héraðsríkur og voldugur, eins og rakið skal.

Sturla Þórðarson mundi tímana tvenna og sagði frá atburðum Sturlungaaldar þegar hann hafði verið í þjónustu Noregskonungs um sinn. Við norsku hirðina ríktu aðrar hugmyndir um heiður en tíðkuðust á Íslandi, konungur veitti heiður af náð sinni, svo sem í formi gjafa og embætta, og fyrir náðinni urðu líklega helst hæfileikamenn sem sýndu

---

[22] Um almennar kröfur sem gerðar voru til goða er fjallað í „Stéttir, auður og völd" og ennfremur í *Vaðmál og verðlag*, ma. 49–54, 56–59.

undirgefni og hlýðni og veittu öruggt fylgi.[23] Ekki verður séð að lýsing Sturlu á nafna sínum sé mótuð af þessum hugmyndum, amk. ekki á þeim tíma sem hér er einkum til athugunar, frá um 1220 til um 1235. Sturla Þórðarson er nánast einn til frásagnar um atburði áranna 1213–42 sem er tími Sturlu Sighvatssonar, hann var 14 ára 1213 og féll í bardaga árið 1238. Kann að virðast varasamt að treysta svo mjög á Sturlu Þórðarson um lýsingu nafna síns. Á móti kemur að lýsingin er borin saman við frásagnir annarra um Sturlu Þórðarson sjálfan og td. frændur hans, Þórð kakala eins og honum er lýst í Þórðarsögu, og Þorgils skarða í Þorgilssögu. Spurt er hvaða samkenni komi fram um goða í valdabaráttu og má bera saman við Íslendingasögur. Jafnframt er leitað á náðir mannfræðinnar, stuðningur hafður af kenningum um valdabaráttu manna í fábreyttum samfélögum, td. af kenningunni um stórmenni og foringja.

Kenningin um stórmenni og foringja getur varpað ljósi á málið, skerpir skilning á því hvaða munur var á goðum sem risu upp til mikilla valda og öfluðu mikilla tekna og hinum sem gerðu það ekki. Ríki án miðstjórnarvalds, svo sem án konunga eða annarra höfðingja í valdamiðstöð, hafa hvarvetna vakið athygli mannfræðinga. Kenningin um 'big men' eða stórmenni og 'chiefs' eða foringja hefur löngum reynst gagnleg í mannfræði og kemur vel til álita að smágoðarnir íslensku hafi líkst stórmennum en stórgoðar þeir sem komu fram á 12. og 13. öld hafi átt margt sammerkt með foringjum. Hinir síðarnefndu sátu í valdamiðstöðvum og nutu fastra tekna frá þegnum sínum og voru jafnan bornir til valda.[24] Oddaverjar munu hafa komist á þetta stig í tíð Jóns Loftssonar, Rangárþing varð héraðsríki þar sem þeir ríktu einir í valdamiðstöðinni Odda og nutu fastra tekna, osttolls, frá öllum bændum á tilteknu svæði sem var héraðsríki þeirra. Synir Jóns þrír skiptu að vísu með sér völdum en virðast hafa verið samhentir mjög og Sæmundur Jónsson taldist foringinn. Þróunin var komin mislangt í héröðum, Haukdælir reyndu að gera Hruna að miðstöð og

---

[23] Marlen Ferrer, „Middelaldermenneskets emosjonelle atferd. Et uttrykk for en kompleks psykologi." *Historisk tidsskrift* 80 (2001), 154–57.
[24] Helgi Þorláksson, *Vaðmál og verðlag*, 47–54.

Guðmundur dýri reyndi að mynda héraðsríki í Eyjafirði um 1200 en Sighvatur Sturluson lauk verki hans og sat í miðstöðinni Grund.[25]

Um smágoða höfum við mörg skýr dæmi, td. í Eyjafirði, áður en Guðmundur dýri reyndi að mynda þar héraðsríki. Ekki eru heimildirnar hins vegar alltaf skýrar um það hvernig smágoðar munu hafa líkst stórmennum. Um stórmenni hefur margt verið ritað, völd þeirra byggðust ekki á erfðum heldur á því fylgi sem þau gátu aflað sér og fylgið var að öllu leyti persónulegt, byggðist á virðingu þeirra í samfélaginu, mati samfélagsins á þeim. Fylgið var ekki bundið við afmarkað landsvæði eins og hjá foringjum, og þeir höfðu ekki fastar tekjur, enga ost- eða sauðatolla eins og stórgoðar í héraðsríkjum. Stórmennið glímdi stöðugt við að styrkja stöðu sína með því að auka fylgi sitt og þurfti jafnan að hafa fyrir því að halda velli. Það reyndi sífellt að skara fram úr og draga að sér athygli, það skyldi vera best að sér um fortíðina, vera fyrst með fréttirnar, segja best frá, halda bestu veislurnar. Stórmenni urðu að hafa sannfæringarkraft til að ná árangri og þeim var mikilvægt að fá aðra til að vinna fyrir sig. Fjölmenn fjölskylda gat verið þeim gagnleg undir slíkum kringumstæðum, td. þegar þau undirbjuggu heimboð sem skyldu afla þeim orðstírs og virðingar.

Ég hef áður skrifað um það að Sturla Þórðarson muni hafa verið dæmi um stórmenni. Hann var kunnur fyrir lagaþekkingu og fræðimennsku, frásagnarlist hafði hann á valdi sínu og var því væntanlega mælskur. Hann var átorítet um forna tíð, samtímann og erlend málefni. Allt aflaði þetta virðingar. Hann kunni þá list að ráða drauma þannig að merkilegt þótti. Auk þess var hann forspár sem vakti undrun og aflaði honum virðingar en erfitt er annars að meta í hverju sú list hans var fólgin.[26] En völd Sturlu voru ótrygg, fylgismannaliðið gat brugðist og tekjur voru ekki vísar. Hann þurfti að hafa sig allan við til að halda virðingu og völdum.

---

[25] Helgi Þorláksson, „Hruni. Um mikilvægi staðarins fyrir samgöngur, völd og kirkjulegt starf á þjóðveldisöld." *Árnesingur* V (1998), einkum 10–14, 37–42. Sami, „Þjóðleið hjá Brekku og Bakka. Um leiðir og völd í Öxnadal við lok þjóðveldis." *Samtíðarsögur.* I. (Níunda alþjóðlega fornsagnaþingið. Forprent. 1994), 335–49.

[26] Sami, „Draumar Dalamanns." *Fjölmóðarvíl til fagnaðar Einari G. Péturssyni fimmtugum* (1991), 43–49.

Sturla Þórðarson og tekjuöflun

Hér verður tekið dæmi af stórmenni sem varð aldrei neitt verulega ágengt, þar sem var Sturla Þórðarson, og reynt að draga upp mynd af tekjuöflun hans og efnahag. Til samanburðar verður tekinn Sturla Sighvatsson sem bjó líklega við svipaðar kringumstæður í upphafi en gekk mun betur að afla tekna og fylgis. Hver var munurinn og hvernig stóð á honum? Þetta er hugsað sem framlag til svars við því hvernig menn komust af stigi stórmenna yfir á stig foringja. Til hliðsjónar má hafa bræðurna Snorra og Þórð Sturlusyni, um báða er sagt að þeir hafi gerst höfðingjar en óljóst er hvað það merkir. Etv. má líta þannig á að 'höfðingjar' hafi verið þeir sem komust áleiðis við að mynda héraðsríki og afla tekna meðal bænda, möo. þeir sem voru á leið af stigi stórmenna yfir á stig foringja. 'Höfðingi' hefði þá staðið milli stórmennis og foringja en vegna óvissu um merkingu verður orðið 'höfðingi' sniðgengið hér að mestu.

Sturla Þórðarson safnaði ekki jarðeignum heldur hefur hann ætlast til framlaga frá stuðningsmönnum. Faðir hans, Þórður Sturluson, ætlaði honum ekki forystuhlutverk árið 1224 þegar hann var tíu vetra enda væri hann ungur og óskilgetinn (303). Alveg er þó óljóst og óvíst að óskilgetni hafi staðið Sturlu fyrir þrifum sem forystumanni og reyndar ólíklegt. Í föðurarf tók hann Hallbjarnareyri árið 1237. Eftir fráfall Sturlu Sighvatssonar 1238 virðast áhrifamenn vestra hafa eflt Sturlu Þórðarson til valda. Sturla fékk Helgu dóttur Þórðar Narfasonar á Skarði og Jóreiðar Hallsdóttur. Páll prestur, bróðir Jóreiðar, varð helsti stuðningsmaður Sturlu, fékk honum höfuðbólið Staðarhól til ábúðar og eru þeir Gunnsteinn bróðir hans taldir hafa átt Reyknesingagoðorð sem tengdist Staðarhóli. Annar stuðningsmaður Sturlu var Snorri prestur á Skarði á Skarðsströnd sem átti jafnframt bú á vildarjörðinni Reykhólum og taldist manna auðugastur á Vestfjörðum (svo, II, 40, en innanverður Breiðafjörður virðist hafa talist til þess landshluta). Er einkum athyglisvert að hann fékk Sturlu búið á Reykhólum þegar Órækja Snorrason seildist eftir Staðarhóli en ekki mun Sturla hafa búið lengi á Reykhólum enda náði hann Staðarhóli að nýju. Skarðverjar höfðu fengið Þórði föður Sturlu hálft Þórsnesingagoðorð. Þriðji maður af goðaættum sem studdi Sturlu var Ketill prestur Þorláksson á Kolbeinsstöðum, af ætt Hítdæla en þeir teljast hafa átt Rauðmelingagoðorð. Ketill var vel fjáreigandi.[27]

Fylgi Sturlu var mest um Saurbæ og Strendur, Skarðsströnd og Meðalfellsströnd, en það virðist aldrei hafa verið mjög mikið eða náð víðar að neinu marki. Í valdabrölti á Mýrum og í Borgarfirði lagði Sturla undir sig staðinn í Hítardal, sjálfsagt í krafti tengsla við Ketil prest á Kolbeinsstöðum en í óþökk þess sem sat í Hítardal, og gerði svo bú í Svignaskarði, jörð sem Snorri Sturluson hafði til ábúðar og átti etv. Hrafn Oddsson stóð Sturlu helst fyrir þrifum í þessari valdasókn.

Ekki verður ráðið af Sturlungu að Sturla hafi eignast aðra jörð en Hallbjarnareyri (40 hundruð) nema ef vera kynni Fagurey (24 hundruð) sem hann hefur þá erft líka eftir föður sinn. Hvergi segir að Sturla hafi verið auðugur heldur þvert á móti, Þorgils skarði er látinn segja við hann árið 1253: „Veit eg og gerla féskort þinn …" Þó mun Sturla hafa haft stórbú á Staðarhóli og líklega á Eyri jafnframt en enn hafði hann ekki tekið við búi í Hítardal, það gerðist 1255.

Af hverju ætli prestarnir þrír hafi stutt Sturlu? Þeir voru eigendur goðorða en áttu kannski bágt með að beita sér á ófriðartímum vegna prestsstarfa. Þó er sýnt að þeir voru afskiptasamir um héraðsmálefni og mynduðu eins konar bandalag um völd í Dölum og Hnappadal eftir fráfall Sturlu Sighvatssonar og Þórðar Sturlusonar (d. 1237). Sturla Þórðarson hafði orð á sér fyrir að vera vitmaður og þeir hafa haft trú á hæfni hans til forystustarfa. Þeir lögðu þannig fram fé og goðorð til að geta teflt fram efnilegum manni og minnir þetta á forsetaframboð í Bandaríkjunum. Sé þeirri líkingu haldið til streitu munu þeir hafa viljað hafa nokkuð fyrir sinn snúð, Sturla hlýtur að hafa verið allháður þessum stuðningsmönnum og átt mikið undir þeim. Kannski átti þetta mikinn þátt í því að hann varð aldrei mjög voldugur. Hann naut virðingar en ekki nægilegrar til að draga að sér mikið fylgi og tekjur. Nafna hans Sighvatssyni gekk mun betur að þessu leyti.

[27] Guðrún Ása Grímsdóttir, „Sturla Þórðarson." *Sturlustefna* (1988), 9–36.

Sturla Sighvatsson og tekjuöflun

Sturla Þórðarson var jafnan á stigi stórmenna en nafni hans Sighvatsson stefndi hraðbyri að því að verða foringi í tæknilegri merkingu þess orðs. Hvernig komust menn af stigi stórmenna yfir á stig foringja? Elman R. Service sem er einn helsti kenningasmiður um ríkjamyndun hélt því fram að stjórn mikilvægra framleiðslutækja hefði gert mönnum kleift að komast á stig foringja og mynda höfðingdæmi.[28] Nánari rannsóknir hafa ekki stutt skoðanir hans, menn segja að ákveðin hugmyndafræði hafi skipt mestu máli um það hvernig fyrirliði skyldi vera. Þeir sem nýttu sér hugmyndafræðina best náðu mestum árangri.[29]

Hugmyndafræði goðaveldisins, hugmyndir um það hvernig goðar skyldu vera, hvað hæfði þeim og hvað ekki, er möo. fræðin um það hvernig menn öfluðu sér virðingar og fylgis.

Skiptingin í stórmenni og foringja hefur vart verið alveg hrein og skýr í þjóðveldinu, héraðsríki eða höfðingdæmi voru nýmynduð um 1200 eða að myndast, fastar tekjur voru líklega nýjung. Stórgoðar sem voru foringjar þurftu líklega enn að hafa sig alla við til að fullmóta héraðsríkin og stjórnarhætti og áttu vafalaust enn töluvert undir að menn vildu fylgja þeim af frjálsum og fúsum vilja en gerðu það ekki einungis vegna skyldu og vegna aga og ótta. Umræðan um virðingu, tekjur og völd á þjóðveldistíma ætti að geta varpað nánara ljósi á málið og Sturla Sighvatsson er tekinn sem dæmi.

Sighvatur Sturluson, faðir Sturlu, sat á Sauðafelli og réð jafnframt fyrir staðnum í Hjarðarholti þar sem hann sat áður. Skýring þess að hann valdi Sauðafell til búsetu er líklega sú að bærinn stóð rétt þar hjá sem mikilvægar leiðir skárust, þjóðleið milli Norðurlands og Snæfellsness, sem lá um Haukadal til Vestliðaeyrar, og hin sem lá um Miðdali og Bröttubrekku. Staðarvalið bendir til að Sighvatur hafi stefnt að því að mynda héraðsríki, ráða einn á tilteknu svæði.[30]

---

[28] Elman R. Service, *Primitive Social Organization* (1971).
[29] Helgi Þorláksson, *Vaðmál og verðlag*, 56–59.
[30] Helgi Þorláksson, „Sauðafell. Um leiðir og völd í Dölum við lok þjóðveldis." *Yfir Íslandsála. Afmælisrit til heiðurs Magnúsi Stefánssyni* (1991), 95–109.

Eftir að Sighvatur fór norður í Eyjafjörð 1215 og gerðist fyrirmaður þar „átti" Dufgus Þorleifsson bú á Sauðafelli. Árið 1221 réðst Sturla Sighvatsson til forystu fyrir Dalamönnum og „hafði tekið við búi" á Sauðafelli um vorið. Fram kemur að Dufgus fór að búa í Hjarðarholti og er líklegt að hann hafi fengið Sturlu bú sitt á Sauðafelli að ráði Sighvats en hlotið Hjarðarholt til ábúðar í staðinn (265, 285, 311). Dufgus var frændi Sturlu og taldist þá „mestur bóndi í Dölum" sem er eindregin vísbending um að hann hafi verið vel fjáreigandi.

Árið 1225 var samið um það að Sturla fengi goðorð Hrafnssona á Vestfjörðum og tæki við málum þeirra og hefði „slíkt af eignum þeirra sem honum líkaði" (309). Hrafnssynir voru uppkomnir og engir aukvisar og er þetta til vitnis um að Sturla hafi notið mikillar virðingar. Þar með myndaði hann bandalag við auðmanninn Odd Álason sem var mágur þeirra bræðra.

Það slettist upp á vinskap með Sturlu og stórbóndanum Svertingi Þorleifssyni, bróður Dufgusar, og þeir sættust ekki svo að Svertingur varð að láta undan síga (309, 331, 412). Sturla reis þannig upp gegn fyrirferðarmiklum bónda, mas. frænda sínum, og reyndist stætt á því. Vekur athygli að Sighvatur taldist áfram vinur Svertings og Sturla hefur því vart átt samráð við föður sinn um rof vináttu við hann.

Það slettist líka upp á vinskap Dufgusar og Sturlu, Sturla er sagður hafa orðið að velja á milli hvorn hann styddi, Guðmund Þórðarson á Felli eða Dufgus og valdi Guðmund (313–14). Dufgus flutti sig um set, alla leið að Baugsstöðum hjá Stokkseyri en Sturla tók við Hjarðarholti (318). Guðmundur Þórðarson bjó á Felli á Meðalfellsströnd (Staðarfelli) og var einhvers konar sveitarhöfðingi. Hann er tvisvar sagður fyrir mönnum af Meðalfellsströnd eða Strendum, bæði 1234 og 1239 (378, 446). Árið 1238 er hann sagður vera fyrir vestanmönnum á alþingi, hvorki meira né minna (416).

Sturla gerir þannig upp á milli stórbokka, hefur gagn af Dufgusi en fórnar honum svo af því að hann metur stuðning Guðmundar á Felli meira. Þeir Skarð-Snorri og Guðmundur voru engir vinir (384) en auðséð er að Sturla var í vináttu við Skarðverja. Hann gaf Sigmundi syni Skarð-Snorra td. öxi (385). Hinn auðugi Snorri á Skarði reyndist

Sturlu vel því að hann fékk honum Reykhóla til afnota og þar hafði Sturla bú, vart síðar en 1229, kannski mun fyrr (419, 333).[31]

Sturla var að fóstri hjá Þorláki goða Ketilssyni í Hítardal, föður Ketils prests á Kolbeinsstöðum, stuðningsmanns Sturlu Þórðarsonar. Þorlákur var td. fulltrúi Sturlu Sighvatssonar í gerðardómi 1228 (318) og þegar Sturla lagði undir sig Reykholt, setti hann Þorlák þar til búsforráða, 1237 (407).

Hinir efnuðu stuðningsmenn Sturlu hafa lagt fram fé honum til stuðnings, Dufgus mun hafa stutt búreksturinn á Sauðafelli og stuðningur Skarð-Snorra er auðsær. Þegar Sturla féll frá, fylgdu Sauðafelli Bjarneyjar, Skáleyjar og Drangarekar (447). Þetta eru tekjulindir sem einhverjir munu hafa lagt til bús með Sturlu en ekki fast fylgifé Sauðafells. Bjarneyjar voru gagnauðugar á seinni tímum og munu hafa verið það fyrir miðja 13. öld, megi marka Laxdælu og Njálu.[32] Í hinni síðarnefndu kemur fram að hinn auðugi Þorvaldur Ósvífursson undir Felli á Meðalfellsströnd átti Bjarneyjar (Njálssaga 9. og 11. kap.) og má vera að Guðmundur Þórðarson undir sama Felli hafi átt eyjarnar og fengið Sturlu þær til afnota.

Það voru að ýmsu leyti sömu áhrifamennirnir eða síðar synir þeirra sem studdu Sturlu Sighvatsson og Sturlu Þórðarson til valda. Þó var engin vinátta með Páli Hallssyni og Sturlu Sighvatssyni enda studdi Páll sjálfur Þórð Sturluson. Sturla stuðlaði að því að Jóreiður, systir Páls, var numin brott, sem taldist víst mikil móðgun við Pál (310). En munur á þeim nöfnum var sá að Sturla Sighvatsson átti mun fleiri stuðningsmenn og vini í röðum mektarmanna. Þegar hann fór að færa út kvíarnar og seilast eftir völdum á Vestfjörðum, gerðust tveir mestu bændur þar vestra stuðningsmenn hans og vinir, þeir Oddur Álason og Gísli í Saurbæ á Rauðasandi. Og í Miðfirði átti hann ákafa stuðningsmenn í Gísl og sonum hans á Reykjum. Hann var vinsælli en Sturla

---

[31] Sturla átti naut í Stagley 1229 en sú lá undir Reykhólum.
[32] Um mikilvægi fiskveiða við Breiðafjörð um 1250 sjá *Vaðmál og verðlag*, 441–43. Um mikilvægi Bjarneyja sjá Lúðvík Kristjánsson, *Íslenzkir sjávarhættir*. II. (1982), 51. Eysteinn G. Gíslason, „Eyjar í Barðastrandarsýslu" í: Árni Björnsson, Eysteinn G. Gíslason, Ævar Petersen, *Árbók Ferðafélags Íslands 1989. Breiðafjarðareyjar*, 208–14, sbr. um Skáleyjar einkum 184–85.

Þórðarson og naut meiri virðingar enda miklu sigurstranglegra fyrir upprennandi foringja að sitja á Sauðafelli en hálfafskekkt á Staðarhóli.

Virðing Sturlu Sighvatssonar og vinsældir

Aðdáun Sturlu Þórðarsonar á nafna sínum Sighvatssyni hefur mörgum virst hláleg því að hún er öll á yfirborði, tengd útliti og munum. Nútímasagnfræðingum hefur hins vegar virst að Sturla Sighvatsson hafi verið lítill stjórnmálamaður. Þótt Sturla Þórðarson hafi kannski litið upp til nafna síns sem eldri frænda, verður að athuga að hann skrifar um hann á efri árum sínum, margreyndur í lífsins ólgusjó. Hann virðist hafa séð í fari hans það sem helst mátti prýða mikinn foringja. Sumum virðist að Sturla Sighvatsson hafi lítið getað afrekað án föður síns en aðdáun föðurins virðist ótvíræð á syninum, segi Sturla Þórðarson rétt frá. Sturla Sighvatsson stóð sig eins og hetja í átökum við föðurbræður sína, Snorra og Þórð, og hélt hlut sínum aðþrengdur í Dölum og var þá faðir hans víðs fjarri. Og Hákon gamli treysti Sturlu Sighvatssyni til mikilla afreka.

Í hverju var virðing Sturlu Sighvatssonar fólgin og hvernig stóð á henni? Hann varð snemma ofsamaður og þótti vænn til höfðingja. Sturla fór á bæ stórbónda eins í Eyjafirði sem átti sverð sem þeir Tumi bræður höfðu falast eftir og bóndinn hafði lofað að lána Sturlu en efndi ekki. Þetta var árið 1217 og Sturla var 18 ára. Hann gekk í bæ bónda, tók sverðið á geymslustað þess og hugðist skoða það. Þegar bóndinn reyndi að afstýra því og lét þung orð falla, sló Sturla hann í rot. Sighvatur dáðist að þessu á laun (260–62). Ekki ríktu agaleysi og ribbaldaháttur í fari Sturlu þótt hann sýndi bónda í tvo heimana. Hann hafði vart fyrr tekið við forystu í Dölum 1221 en flokkur hans vakti athygli fyrir aga á för um Suðurland og Sturla aflaði sér vinsælda þar. Þetta stuðlaði að því að hann hreppti hnossið sjálft, Solveigu frá Odda. Flokkur Tuma bróður Sturlu þótti óspakur mjög í sömu för og á þessi saga ma. að sýna að Sighvatur sá rétt þegar hann gerði hlut Sturlu meiri en Tuma, þótt Tumi væri eldri (285). Hið sama á sagan um sverðið líklega einnig að sýna, að Sturla væri meiri fyrir sér en Tumi.

Í bók sinni *Ethics and Action in Thirteenth Century Iceland* setur Guðrún Nordal fram mjög athyglisverðar athuganir á vinnubrögðum Sturlu Þórðarsonar og færir góð rök fyrir því að þeir myndi tvö meginskaut í frásögn hans í Íslendingasögu, Sturla Sighvatsson og Gissur Þorvaldsson. Þetta er sannfærandi en hins vegar ekki hitt, sem Guðrún telur, að Sturla Þórðarson sé mjög gagnrýninn á nafna sinn og telji framkomu hans aðfinnsluverða.[33] Einkum telur Guðrún söguna um framkomu Sturlu við sverðseigandann í Eyjafirði vera dæmi um þetta. Gegn þeim skilningi mælir ýmislegt, ma.: a) Goðasynir sem voru ofsafengnir þóttu vænir til höfðingja, eins og dæmin sýna.[34] Þetta var sjálfsagt vegna þess að goðum var nauðsyn að halda uppi aga og fá menn til að hlýða sér. b) Sighvatur dáðist að syni sínum fyrir framgöngu við stórbóndann. c) Sturla Þórðarson dáðist að nafna sínum, lýsir honum jafnan sem kappa og hetju og gefur hvergi í skyn að honum hafi þótt framkoma hans við stórbóndann ámælisverð. Hitt er annað mál að hann lætur koma fram í frásögninni undir ævilok Sturlu, þegar hann ætlaði sér að ráða landinu einn í nafni konungs, að ofsi hans sé mikill og kunni að verða honum að falli. Það breytir því ekki að Sighvati föður hans þótti hann afar efnilegur og vænn til höfðingja um tvítugt og mat það rétt, pólitískur árangur Sturlu var ótvíræður.

Strax 1222 er sagt að Sturla hafi riðið með mikla sveit og skáld hans mærði hann mjög, lýsti því hversu stórlátur hann væri og happasæll og að Kristur hefði velþóknun á honum í átökum við Guðmund Arason og menn hans þegar Sturla hefndi Tuma bróður síns norður í Grímsey (290, 293). Þau Solveig urðu svo hjón árið eftir, 1223.

Forystuhæfileikar Sturlu á Suðurlandi og í Grímsey öfluðu honum

---

[33] Guðrún kemur víða að þessu í bók sinni, sjá einkum *Ethics and Action in Thirteenth Century Iceland* (1998), 56, 61, 120, 132–33, 148, 161–62, 167, 169, 182, 211, 221.

[34] Björn Þorvaldsson var „ákafamaður mikill" og „þótti vænn til höfðingja". Kolbeinn ungi var „ofsamaður mikill og vænn til höfðingja" og Sæmundur Ormsson „ofsamaður mikill og þótti líkligur til höfðingja". Sbr. Helgi Þorláksson, „Stéttir, auður og völd", 68.

virðingar og vinsælda og þetta auðveldaði honum að eignast Solveigu, göfugustu konu á Íslandi. Á skömmum tíma hafði hann aflað sér mikillar virðingar svo sem marka má á því að ábóti á Helgafelli beitti sér fyrir, árið 1225, að hann tæki að sér forystu fyrir málum Hrafnssona á Vestfjörðum sem áttu undir högg að sækja gagnvart Þorvaldi Vatnsfirðingi. Í staðinn hlaut Sturla goðorð Hrafnssona og slíkt af eigum þeirra sem honum líkaði (309), svo sem fram er komið. Mikil virðing færði honum miklar tekjur.

Uppgangur Sturlu var þannig allmikill og Snorri Sturluson gerðist ókyrr og líkaði illa að Sturla fór einn með Snorrungagoðorð sem þeir áttu saman bræður, Þórður, Sighvatur og Snorri. Þá tók að grennast vinátta Sturlu við Þorvald Vatnsfirðing og goðinn á Sauðafelli var sem innikróaður í Dölum er þeir sóttu að honum bræður, Þórður og Snorri, með tilstyrk Þorvalds í Vatnsfirði. Þórður hélt þing á Þórsnesi og tók Snorrungagoðorð og svipti Sturlu því, sem honum féll allþungt. Fór Sturla næst misheppnaða för að Þórði í Hvamm og viðurkenndi sjálfur að það hefði verið „fólskuför". Sighvatur faðir hans gerði gys að tiltækinu, sagði að Sturla hefði kastað teningum og komið upp ás og daus, möo. einn og tveir þar sem tvær sexur voru væntanlega hámark. Um þetta var ort á heimili Snorra í Reykholti, vakin athygli á þessu misheppnaða tiltæki (317). Í gamansemi Sighvats fólst hins vegar sennilega að draga fram að Sturla var að jafnaði farsæll. Sturla greiddi Þórði Valshamarseyjar í bætur en þær hafði hann tekið í sekt af manni einum ekki löngu áður. Fram að þessu taldist gæfan hafa fylgt Sturlu en sneri núna við honum baki.

Næst gerðist það að Hrafnssynir brenndu inni Þorvald Vatnsfirðing og synir Þorvalds, þeir Þórður og Snorri, sneru hefnd að Sturlu með Sauðafellsför 1229 en gripu í tómt, Sturla var ekki heima. Gæfan taldist brosa við Sturlu að nýju, eins og fram kom í kvæðum um Sauðafellsför en Vatnsfirðingar töldust happlausir (330–31). Sturla fór skyndiför með flokk manna í Vatnsfjörð haustið 1229 og fékk sjálfdæmi af Vatnsfirðingum. Eftir þann atburð nefnir skáld hann „höfðingja" í kvæði, dáist að honum og talar um að heilagur andi sé á bandi með honum (339–40). Vorið eftir fór Sturla frægðarför vestur og hitti hinn auðuga Odd Álason í Dýrafirði. Þangað kom mektarbóndinn Gísli á Sandi og mas. kom Böðvar á Stað, sonur Þórðar Sturlusonar, alla leið vestur og vildi vingast við Sturlu. Presturinn á staðnum í Holti í Önundarfirði bauð Sturlu heim. Sturla tók gjöld af Vatnsfirðingum, 90 hundraða, sem var skip eitt, reki fyrir 18 hundruð, gull og silfur en aðeins ein jörð. Sturla hitti að nýju Odd, falaði jörð til handa honum en eigandinn vildi ekki selja. Upp komst að eigandinn sat á svikráðum og fór svo að Sturla tók af honum jörðina á því verði sem hann kvað á sjálfur. Eftir þetta koma þessi ummæli: „Síðan fór Sturla heim suður og varð bæði gott til fjár og virðingar" (340–42). Auðsætt er að margir vildu vera vinir Sturlu. Varla er að efa að presturinn á hinum mikilvæga stað í Holti hefur fært Sturlu gjafir, Oddur Álason gat verið feginn að Sturla náði jörðinni honum til handa og hafði mikið að launa og Gísli og Böðvar á Stað eru líklegir til að hafa viljað staðfesta vináttu með gjöfum.

Sturla vingaðist næst við Snorra Sturluson um sumarið og „var löngum þá í Reykjaholti og lagði mikinn hug á að láta rita sögubækur eftir bókum þeim er Snorri setti saman" (342). Það er eins og Sturla hafi sjálfur verið að setja saman bækur.

Vatnsfirðingar voru ekki af baki dottnir og Sturla sagði að enginn „þyrfti sér ríki að ætla til mannvirðingar í Vestfjörðum sá er í Dölum sæti ef Þórður væri í Ísafirði" (351). Hann taldi að þeir bræður, Þórður og Snorri Þorvaldssynir, hefðu ekki staðið við gefin loforð og felldi þá þegar hann fékk færi á þeim 1232. Að svo búnu lýsir Íslendingasaga stöðunni á Vestfjörðum: „Þá var engi höfðingi í Vestfjörðum en þeir voru þá mestir af bóndum, Oddur Álason og Gísli á Sandi, og voru þeir hinir mestu vinir Sturlu" (360). Staða Sturlu var alltrygg og hann hafði skotið þeim ref fyrir rass, föðurbræðrum sínum, Snorra og Þórði.

Sturla kom fótum undir Odd Álason, gerði hann mikinn mann og fékk honum Eyri til ábúðar þar sem Hrafn Sveinbjarnarson hafði setið. Um Odd Álason segir ma.: „Gekk þá skjótt við ráð hans og sæmd" (361). Þetta sýndi hvers mátti vænta ef metnaðargjarnir bændur gerðust menn Sturlu. Gísli Markússon varð líka mjög voldugur í matarbúrinu á Rauðasandi og í grennd, og naut hann trausts af Sturlu. Þar sem Sturla átti slíka menn að vinum, varð ráð hans enn virðulegra en ella. Stundum segir að fyrirmenn hafi búist til utanferðar og heitið á vini sína til vöru í farareyri. Sturla mun hafa getað heitið á þessa vini sína um framlög og vænst góðra undirtekta.

Fagurfræði og vald

Skýr merki um velgengni Sturlu er að þeir skyldu vilja vera vinir hans Oddur Álason og Gísli á Sandi, sem voru báðir úr héraði Hrafnssona. Sú ráðstöfun að fela Sturlu forystu fyrir málum Hrafnssona og fá honum goðorð þeirra og svo mikið af fé sem hann vildi sýnir mikla tiltrú á honum í héröðum þeirra Odds og Gísla. Nútímalesandi skilur ekki vel hvernig á þessari tiltrú stóð og fer að halda að atgjörvi Sturlu og persónutöfrar hafi skipt þar máli, atriði sem hann getur ekki metið. Sturla var „mikið afbragð annarra manna bæði að vexti og afli svo að eigi máttu aðrir menn við hann jafnast um flesta hluti hér á landi", segir í Aronssögu (II, 246–47). Hann var röskur hermaður (291) og íþróttamaður (333), hann var sagður fríður og bar sig drengilega við erfiðar kringumstæður (364). Tvisvar var hann nefndur Dala-Freyr (327, 353) og er ekki alveg gott að átta sig á hvað það merkir, gæti hugsanlega lotið að kvensemi (341), og hann mun líklega hafa haldið frillu eftir að hann gekk í hjónaband (300, sbr. 328).[35] Lýsing Sturlu Þórðarsonar á nafna sínum er fræg: „Reið Sturla á lötum hesti, er Álftarleggur var kallaður, allra hesta mestur og fríðastur. Hann var í rauðri

---

[35] Hafi Sturla verið upp á kvenhöndina, eins og líkur benda til, kann það að skýra nafnið Dala-Freyr. Snorri í Vatnsfirði vék að nafninu í stakkgarðsbardaganum, taldi Sturlu sanna nafn sitt þegar hann stóð hjá og vildi ekki berjast. Freyr þótti friðsamur og var lítt í orrustum, eins og bent hefur verið á (566). Guðrún Nordal hefur glímt við að skýra þetta heiti Sturlu í rækilegri grein og telur það lúta að ofmetnaði og kvensemi, Sturla svipti Snorra Solveigu og hefndist fyrir, lét goðorð. Ennfremur lýsi heitið hugleysi og skorti á karlmennsku, sbr. „Freyr fífldur." *Skírnir* 166 (1992), einkum 288–93. Sjá og *Ethics and Action*, 178–79. Sú alþekkta skoðun að Snorri hafi ætlað sjálfum sér Solveigu og setið eftir með sárt ennið er varasöm, byggist á ótraustum sögnum og getgátum.

úlpu og hygg eg að fáir muni séð hafa röskligra mann" (334). Lýsingarnar virðast flestar lúta að glæsilegu útliti en þegar höfðingi einn í Noregi er látinn segja að Sturla sé afbragð annarra manna og vildi fá hann til liðs við Skúla hertoga (363) vaknar grunur um að honum hafi verið gefið fleira en líkamlegt atgjörvi og glæsileiki.

Peter J. Wilson hefur sett fram athyglisverða kenningu, eins og getið var í inngangi.[36] Hann bendir á hversu miklu máli það skipti fyrir fyrirmenn í ýmsum samfélögum að virkja fólk til starfa og láta það búa til fágæta hluti og fagra. Hann lítur td. þannig á að veislur fyrirmanna hafi verið mjög mismunandi vegna þess að þeim var missýnt um að halda þær. Okkur er sagt að það hafi verið kynfylgja Oddaverja og Haukdæla að þeir hafi hinar bestu veislur haldið (483) og Snorri kunni þessa list, amk. tvisvar er sagt að hann hafi haldið „allfagrar" veislur í Reykholti (347, 362). Wilson leggur áherslu á fegurðina og þá vinnu sem lögð var í veislurnar. Í veislum var fólgin ákveðin sviðsetning, fyrirmaður sýndi hvers hann var megnugur og uppskar aðdáun og virðingu. Veislunum var ætlað að hrífa, afla álits og vinsælda. Áherslan var ekki eins mikið á örlæti og rausnarskap og við erum vön að halda, heldur á það hvers gestgjafinn var megnugur. Meginmarkmiðið var ekki að borða sem mest, það var miklu fremur fagurfræðilegt. Þessi geta fyrirmannsins var mönnum hvati að leggja til bús með honum og njóta hæfileika hans í fögrum veislum. Hann gat það sem þeir gátu ekki, gaf framleiðslunni aukið gildi með hæfni sinni til að fá fólk til að vinna og segja því fyrir verkum. Auðsætt er að erlendur varningur skipti máli í þessu sambandi og fögur umgjörð. Veislan skyldi vera fjölmennari en almennt var og öll föng betri og vandaðri og húsakynni og húsbúnaður með besta móti.

Veislur á þjóðveldistíma hafa löngum vakið athygli fræðimanna þar sem þær virðast hafa verið mikilvægir félagslegir atburðir. Venja hefur verið að túlka þær þannig að fyrirmaður hafi veitt vel og ætlast til að verða veitt á móti; hann hafi gefið gjafir og ætlast til að vera gefið á móti eða þjónað. Þetta var auðvitað á færi flestra sem voru vel efnaðir og með þessum hugsunarhætti hefðu auðugir menn átt að geta gert sér

[36] Peter J. Wilson, *The Domestication of the Human Species* (1988), 79–98, 122–35.

marga undirgefna. Wilson dregur hins vegar annað fram, hæfileikann, getuna til að halda fagrar veislur. Með þessu leggur hann áherslu á getuna að fá fólk til að vinna og segja því fyrir verkum og galdra fram fegurri og tilkomumeiri föng en menn áttu að venjast og réðu við sjálfir. Hann ritar ma.:

> The tangible objects that might change hands (or more often, as I shall claim, the displays offered for consumption) are merely indicators of the real goods: labor, effort, ingenuity, talent and skill. And these are exchanged for *commensurate* goods – prestige, reputation, etseem, rank and so on (81).

Ekki kemur á óvart þótt Snorri hafi stundum haldið „allfagrar" veislur (347, 362), eða, eins og hann gerði líka, mannmargar jólaveislur að norskum sið (315), vafalítið að fínum hirðsið, því að hann gjörþekkti hirðlíf í Noregi og hafði auk þess „hinar bestu forsagnir á öllu því er gera skyldi" (269). Hann hélt líka veislur sem voru hinar „vegligstu" og „virðuligstu" (304).

Þorgils skarði þekkti líka hirðlíf í Noregi og vorið 1256 hélt hann Hólabiskupi veislu sem var „virðulig". Aðra veislu hélt hann um haustið og bauð flestum hinum bestu bændum í Skagafirði; var það fjölmenn veisla og veitt með hinni mestu rausn og leysti Þorgils alla út með stórum gjöfum. „Af þessari veislu fékk Þorgils mikla virðing af bóndum" (II, 207). Oddaverjar, sem þóttu halda hinar bestu veislur, héldu jafnan tvær á ári, aðra ætlaða héraðsmönnum að vetri, hina að sumarlagi þegar för manna var sem mest af alþingi.[37] Þessar veislur hafa verið ætlaðar til að viðhalda völdum, staðfesta sambönd við hina bestu menn. Kannski var stórgoða nóg að halda eina veislu á ári en hún þurfti að vera vel heppnuð.

Fyrirmenn gáfu gjafir hinum virðulegustu gestum sínum í brúðkaupsveislum og erfidrykkjum eða í öðrum veislum og vildu þannig treysta vináttu við þá sem einhvers máttu sín. Athyglisvert er hvaða gjafir voru „sendiligastar" til Noregs á þjóðveldistíma; það voru hestar,

---
[37] Helgi Þorláksson, *Gamlar götur og goðavald* (1989), 77.

haukar, tjöld og segl, að sögn Ólafssögu helga í Heimskringlu (125. kap.). Fögur og vönduð segl voru konungsgersemar og kostaði óhemjuvinnu og mikla þekkingu að gera þau vel úr garði. Glæsilega víghesta og fagra vali, sem áttu að duga vel, varð að temja af stakri nákvæmni og íþrótt. Útsjónarsemi þurfti til að afla þessara gripa og koma þeim heilum til Noregs.

Með kenningu sinni gerir Wilson okkur kleift að sjá að það var ekki örlætið eitt og sér í gjöfum og veislum sem aflaði virðingar heldur umgjörð veislna og sviðsetning þeirra og hugvitssemi og fyrirhyggja sem kom fram í veislum og gjöfum. Það sem skipti máli öðru fremur var líklega að forystumaðurinn, sem var í hlutverki gestgjafa, lýsti því með veisluhaldinu að hann væri verkhygginn og útsjónarsamur fagurkeri og flestum fremri að því leyti og kynni að virkja fólk til að gera fagra hluti og stórbrotna. Slíkt aflaði virðingar og fólk var tilbúið að leggja fram fé til þeirra sem voru afreksmenn að þessu leyti.

Kenning Wilsons er að sjálfsögðu ekki bundin eingöngu við fagrar veislur og góðar gjafir, hann skýrir td. ýmsar stórkostlegar byggingar með sama hætti, hallir, hof og grafhýsi. Kemur þá í hugann virkið sem Sturla Sighvatsson lét reisa í Dölum. Árið 1225 brá hann á merkilegt ráð, hann reisti mikið virki á grundunum fyrir vestan Sauðafell. „Safnar hann þar til mönnum um Dali og hafði þar fyrir mikið starf og kostnað." Af samhengi verður ráðið hvaðan honum kom fé, þetta var á sama tíma eða strax eftir að honum gafst kostur á að taka slíkt af eigum Hrafnssona sem honum líkaði og orðalag bendir til að hann hafi greitt kostnaðinn sjálfur (309). Aldrei er nefnt að þetta virki hafi verið notað í hernaðarlegum tilgangi; þegar óvinir sóttu að Sturlu og helst mátti búast við að hann nýtti virkið, valdi hann fremur að búast um á Kleifum í Gilsfirði (417). Hins vegar dvaldist Þorgils skarði með flokk manna í virkinu haustið 1257 og þangað kom Sturla Þórðarson með sína menn og dvaldist með honum, eins og þarna væri eins konar húsaskjól mörgum mönnum (II, 212–14). Þetta mun hafa verið mikið mannvirki og vel byggt og auðsæilega skýrt kennileiti rétt þar hjá sem skárust þjóðleiðir milli Haukadals og Vestliðaeyrar annars vegar og Bröttubrekku og Miðdala hins vegar (348–49, 357). Því fylgdi mikið starf og kostnaður en hagnýtt gildi hafði það ekki. Það var hins vegar stórt og óvenjulegt, eitt og stakt við þjóðleið en ekki umhverfis bæ eða heima við bæ. Virkið var sýnilegur og áþreifanlegur vitnisburður um getu Sturlu til að fá fólk til að vinna og hæfni hans til að gera merkilega og athyglisverða byggingu. Markmið hans hefur verið að auglýsa getu sína til að stjórna fólki og beina kröftum þess að sameiginlegu markmiði. Er athyglisvert hvernig hann eyðir strax tekjum sem hann kemst yfir til að afla sér virðingar en notar þær ekki til að fjárfesta í jörðum. Hann á þannig frumkvæðið en líklegt er að auðugir bandamenn hans hafi stutt hann einhvern veginn í þessu tiltæki.

Fyrirmenn á Sturlungaöld reistu margir virki um bæi sína þeim til varnar, eftir því sem ætla má. Þessi virki komu þó sjaldnast að verulegum notum. Á s.hl. 12. aldar var algengt að aðalsmenn í Frakklandi, sem vildu standa undir nafni, létu víggirða hús sín, grafa díki og reisa turna, og þá fremur til að auglýsa getu sína og stöðu en að verjast.[38] Ekki er ótrúlegt að sömu viðhorfa hafi gætt hérlendis, Snorri Sturluson hafði td. héraðsforráð í Skagafirði 1212–14 og lét þá reisa kastala á Víðimýri (333) og leikur grunur á að það hafi hann gert fremur til að sýna getu sína en að hann hafi ætlað sér að verjast enda stóð honum varla mikil hætta af óvinum á þeirri tíð í Skagafirði og mun oftast hafa haldið sig í Borgarfirði.

Virkið sem Sturla lét reisa reyndist ekki miklu hagnýtara en veislur en það hefur vafalítið aflað honum virðingar. Honum lét vel að stjórna mönnum eins og kom skýrt fram þegar hann stýrði flokki í herferð á Suðurlandi, nýtekinn við forystu fyrir Dalamönnum. Flokkur hans var best siðaður allra flokka er þá voru í för og vakti aðdáun og Sturla varð mjög vinsæll (285). Hér er líklega í fáum orðum fullnægjandi skýring á því hvernig Sturla aflaði sér virðingar og vinsælda. Hann var metnaðargjarn og kappsamur og heimili hans var glæsilegt, eins og fram kemur í lýsingu Sauðafellsfarar (325–26). Ekki hefur það dregið úr möguleikum hans á að halda tilkomumiklar veislur né heldur hitt að

---

[38] D. Barthélemy, *History of Private Life*. II. (1988), 412–14. Um virki almennt sjá Guðrún Harðardóttir og Þór Hjaltalín, „Varnir heimilis í miðstjórnarlausu samfélagi." *Íslenska söguþingið 28.–31. maí 1997. Ráðstefnurit.* I. (1998), 95–106.

hann eignaðist fyrir konu Solveigu Sæmundardóttur af ætt Oddaverja. Sturla hafði hirðskáld sem lofuðu hann og hann var bókmenntalega sinnaður, að því er virðist, og hugsanlega skapandi á því sviði sem var vel fallið til að afla virðingar. Þó má vel vera að viðleitni hans í Reykholti, þegar hann var þar löngum 1230, hafi einkum verið bundin við að gera sögubækur í þeirri merkingu að búa til fallega gripi. Og þegar að er gætt er aðdáun Sturlu frænda hans á honum fólgin í þeirri umgjörð og þeirri mynd sem hann gerði sjálfum sér ekki síður en því útliti sem honum var gefið. „Reið Sturla á lötum hesti, er Álftarleggur var kallaður, allra hesta mestur og fríðastur. Hann var í rauðri úlpu og hygg eg að fáir muni séð hafa röskligra mann" (334). Athyglinni er ekki síst beint að hestinum.

Sturla var framtakssamur og uppátektarsamur, eins og sýnir sagan um skemmuna góðu sem hann lét flytja frá Görðum á Akranesi út í Geirshólma á Hvalfirði árið 1237 (406–7, 419). Talið hefur verið að hann hafi reist þetta virki úti í hólma að norskri fyrirmynd og má það vel vera.[39] Hagnýtt gildi fyrirtækisins var vafasamt enda kom það að litlum hernaðarlegum notum fyrir Sturlu. Um skamman tíma hafði hann þó fylgdarmannasveit sína í hólmanum en þeir gerðu lítið meira en að skjóta bændum skelk í bringu. Þetta var hins vegar vafalítið traust og gott virki og sýnir hvers hann var megnugur, bendir til forystuhæfileika, skipulagshæfni og góðrar verkstjórnar. Á þessum tíma var virðing Sturlu með mesta móti sem kemur ma. fram í því að ekki minni maður en Ormur Svínfellingur bað hann hjálpa sér við að ná einu hundraði hundraða af Kolí auðga sem hann taldist eiga hjá honum (409). Sturla gekk í málið af mikilli atorku.

Mannkynssagan segir frá mörgum grafhýsum, haugum, kirkjum, virkjum og öðrum tilkomumiklum mannvirkjum sem hafa verið reist til að sýna mátt og getu. Þegnar og samherjar dáðust að þeim en óvinum gat staðið viss ógn af þeim mætti sem þau báru vott um. Til þess

---

[39] Þórhallur Vilmundarson, Formáli. *Harðar saga*. (Íslenzk fornrit. XIII. 1991), lii–lvi. Slíkt virki var í Valdishólma í Raumelfi (Glomma), ætlað „til njósnar og landsgæslu" í tíð Hákonar gamla, hann lét reisa borg í Ragnhildarhólma og „steinhús [steinborg] í Mjörs í hólmanum við Hringisakur".

að gera þetta gátu menn notað þræla, auð eða í þriðja lagi hæfileika sína til að virkja fólk. Sturla var maður sem gat sameinað krafta margra manna, fengið fólk til að vinna fyrir sig, hann hélt góðum aga og lét búa til hluti þannig að fáir eða engir léku eftir. Má segja að hann væri fagurkeri, listamaður og byggingameistari. Þannig aflaði hann sér virðingar og vinsælda. Hann þurfti ekki að afla sér sem mestra tekna til að öðlast fylgi, hann fór öðru vísi að, hann virkjaði fólk til að gera það sem þótti óvenjulegt og merkilegt og vakti aðdáun. Menn voru tilbúnir til að lúta forystu Sturlu af því að hann vakti hrifningu, gat það sem fáir léku eftir.

Þegar að er gáð, kemur í ljós að það eru byggingar af því tagi sem Sturla afrekaði sem taldar eru Noregskonungum helst til hróss. Sturla Þórðarson endar Hákonarsögu á upptalningu slíkra afreka söguhetjunnar og í Heimskringlu er td. frægur mannjafnaður þeirra bræðra, Eysteins og Sigurðar Jórsalafara, þar sem Eysteinn er látinn telja upp byggingaafrek sín. Þar á meðal voru hið veglegasta steinmusteri og veglegasta tréhús í Noregi og Nikulásarkirkja „og var það hús allmjög vandað að skurðum og allri smíð." Vafasamt er að Snorri Sturluson hafi dáð annan konung meira en Eystein.[40]

Snorri hafði náð Stafholti og Reykholti árið 1206 eða svo og óvíst var þá um ráðstöfunarrétt hans yfir auðnum á Borg. Rekstur staðanna tveggja var ekki í blóma, amk. ekki Stafholts, megi marka Oddaverjaþátt, en Snorri var hinn mesti fjárgæslumaður, segir frændi hans. Hafi honum tekist að rífa staðina upp, hefur það orðið gleðiefni í héraðinu og virðingarauki. Og þar sem Snorri var hagur og góður verkstjóri, að sögn Sturlu, var honum líklega sýnt um að láta gera fagra laug og tilkomumikil göng í Reykholti og leggja leiðslur með miklu hugviti, svo sem enn má sjá merki um. Stofu lét hann gera og sækja viði til hennar norður í Skagafjörð þar sem þeir hafa væntanlega komið út á skipi frá Noregi (362). Rök hafa verið færð fyrir því að Snorri hafi látið gera stofu sína að norskum hætti.[41] Hann hefur þannig eflt tekjulindir og

---

[40] Helgi Þorláksson, „Hvernig var Snorri í sjón?" *Snorri. Átta alda minning* (1979), einkum 174–80.
[41] Arnheiður Sigurðardóttir, *Híbýlahættir á miðöldum* (1966), 12–13, 42, 57.

staðið í framkvæmdum sem fáir léku eftir. Þetta hefur aflað virðingar og fylgis og út frá þessu má skilja orð Sturlu: „Gerðist hann þá höfðingi mikill því að eigi skorti fé."[42]

Keyptu goðar sér fylgismenn í röðum bænda?

Var það svo að auðugir og metnaðarfullir goðar lögðu í mikinn kostnað við að kaupa sér vini og þar með völd? Kostnaðurinn hefði átt að vera bundinn í veislum og gjöfum, eftir því sem menn telja. Áður er getið um fjölmenna veislu sem Þorgils skarði hélt og gaf stórgjafir. Ætli hann hafi haft mikinn kostnað af þessu? Saga hans segir: „Buðu flestir bændur honum þá heim" og þá hann af þeim hinar „sæmiligstu gjafir". Bændur höfðu þegar tekið við Þorgilsi sem héraðshöfðingja og greiddu sauðatoll, etv. 600 fjár. Hann réð einn í héraðsríki og hefur með veislu sinni viljað staðfesta völd sín og stöðu í hópi hinna bestu bænda. Flestir bændur vildu ákafir hljóta vináttu hans, sem eðlilegt var, og fannst þeir hafa heimt höfðingja sinn, Kolbein unga, að nýju, segir sagan. Þorgils þá líka heimboð á Snæfellsnesi, menn veittu honum hin bestu föng, og Sturla Þórðarson hélt honum veislu hina „virðuligstu" og gaf honum „gjafir góðar". „Fór Þorgils þá heim norður, og hafði hann aflað sér vini marga og mikla sæmd" (II, 206–7). Eyfirðingar gengu undir Þorgils, víst 1256, og „[v]ar nú virðing Þorgils með miklum blóma" (II, 209). Þegar Þorgils fór um Borgarfjörð 1257 „riðu bændur að honum og bað hann hver þeirra slíkt að sér að hafa sem hann vildi en margir gáfu honum" (II, 215). Sagan er að segja að virðing Þorgils sé svo mikil að allir vilja vera vinir hans, bjóða honum

---

[42] Sverre Bagge fjallar um virðingu eins og henni er lýst í Heimskringlu. Hann ritar ma.: „First, wealth is essential for honor and for furthering one's political interests." Ekki segir hann hvort hann á við 'góðan efnahag' frekar en auð. Ennfremur ritar hann: „Second, honor is a reward for success" og „Finally, honor is a means to success." Hann segir líka: „Honor is the fundamental value in the sagas, in the sense that one's value as a person depends on other men's esteem … honor in Snorri's society is mainly a consequence of success, and few means are banned which may lead to that." Sbr. *Society and Politics in Snorri Sturluson's Heimskringla* (1991), 165–66.

heim og gefa gjafir. Hér aflar virðingin vina, heimboða og gjafa. Foringinn heldur fjölmennustu og fínustu veislurnar (sbr. II, 216–17), en hann virðist fá það vel greitt. Ekki kemur fram að hann hafi 'keypt' sér fylgi bænda með veislum sem voru of ríkmannlegar til þess að þeir gætu endurgreitt og þar með gerst honum undirgefnir.

Oft er getið um veislur stórgoða en það er jafnan á þá leið að þeir eru að treysta samband við vini sína. Snorri hélt allfagra veislu 1231 af því að hann vildi treysta vini sína (347), Gissur hélt vinum sínum jólaboð 1241 (458) og Þórður kakali hélt jólaveislu mikla 1243, bauð öllum hinum bestu mönnum í Vestfjörðum og veitti mörgum gjafir. „Voru þá allir meiri vinir hans en áður" (II, 40).

Með vinfengi er oft átt við hagsmunasambönd í fornu máli, menn gerðust vinir til að styðja hvor annan og staðfestu vinfengið með gjöfum og heimboðum. Sambandið skyldi vera gagnkvæmt, ætlast var til endurgjafar. Hvernig til slíkra sambanda var stofnað er ekki sem ljósast, menn gátu mælst til vinfengis og venjulega var það líklega í framhaldi af einhverjum vinsamlegum samskiptum. Ekki kemur hins vegar fram að goðar hafi borið fé á menn til að tryggja sér vináttu þeirra. Þorgils Oddason „hafði fengið sér vini", komið sér í vinfengi við menn og það voru stuðningsmenn hans (68). Ekki kemur fram hvernig hann fór að því. Snorri Sturluson leitaði á vini Þórðar goða Böðvarssonar, móðurbróður síns, eftir því sem Þórði fannst en ekki kemur fram í hverju það var fólgið. Etv. hefur hann boðið þeim aðstoð, ráðgjöf eða fyrirgreiðslu en mikilvægast hlýtur að hafa verið fyrir hann að afla sér virðingar þeirra. Í raun gátu þeir orðið vinir Snorra þótt þeir væru vinir Þórðar jafnframt en hugmyndin var kannski að vinna þá á sitt band sem þingmenn, tryggja sér óskorað fylgi þeirra (240).[43] Mat Þórðar Böðvarssonar var þó etv. nokkuð varasamt, hann hafði falið Snorra að verja þingmenn sína fyrir áleitni Þórðar Sturlusonar. Gat verið erfitt úr að skera hvenær Snorri vann fyrir Þórð móðurbróður sinn og hvenær hann skaraði eld að eigin köku.

Engin leið er að hafna þeim möguleika að Snorri hafi borið fé á

---

[43] Um slík sambönd þar sem menn voru kannski vinir tveggja goða en þingmenn annars, sjá Jón Viðar Sigurðsson, *Chieftains and Power*, 130 oáfr.

menn, lokkað þá til fylgis og vinfengis með veislum og gjöfum en ekkert liggur fyrir um þetta. Engin skýr vitni liggja fyrir um að aðrir goðar hafi brugðið á þetta ráð, svo að algengt hefur það varla verið.[44]

Margir smágoðar verða fáir stórgoðar

Hér hefur verið reynt að skýra að fyrirmönnum hafi ekki verið nein nauðsyn að afla sem mests fjár til að auka virðingu sína, vinsældir og fylgi. Þeim bar að eyða því fé sem þeir komust yfir en það hafði ekki beint hagnýtan tilgang. Veislur voru ekki hagnýtar en nútímamönnum er tamt að ímynda sér að fyrir setu í veislum hafi bændur orðið að launa. Það er auðvitað hægt að hugsa sér fremur lélegar veislur og takmarkaða hrifningu og litla hvöt að launa fyrir sig. Fagrar veislur voru hins vegar vel fallnar til að afla virðingar og fylgis.

Miklar breytingar urðu á goðorðaskipan hérlendis á 12. öld og þessi breyting er merkileg í evrópsku samhengi. Áður voru margir smágoðar en snemma á 13. öld fáir stórgoðar og um þetta tímabil eru allmiklar heimildir. Eitthvað svipað varð víða annars staðar í Norður- og Vestur-Evrópu á bilinu 500–1000 eða svo. Fyrst var mikil valddreifing en síðan hófst samþjöppun valda, og er ekki vel ljóst hvernig hún varð vegna skorts ritaðra heimilda. Þegar þær koma loks fram að nokkru marki í Norður- og Vestur-Evrópu eru stórhöfðingjar þegar orðnir voldugir, og óljóst hvernig þeir eða forverar þeirra fóru að í valdasókn, eða þá að konungar eru orðnir valdamiklir og útdeila völdum og eignum til fylgismanna. Á Íslandi var enginn konungur en hins vegar miklar frásagnir um upprísandi stórgoða. Jón Viðar Sigurðsson fjallar skemmtilega um þetta í bók sinni og telur líklegt að þróun td. á Englandi og í Noregi hafi verið svipuð og síðar á Íslandi, höfðingjar hafi keypt sér fylgi með gjöfum og örlæti og aðalskýringin sé fólgin í bættum efnahag höfðingja, auknum tekjum

---

[44] Jón Viðar dregur fram dæmið, „gefum honum gjafir og sé hann vinur okkar alla ævi síðan" (Njálssaga 17. kap.) en þar er um að ræða gjafir sem ætlaðar voru sem bætur fyrir víg. *Chieftains and Power*, 126.

þeirra.[45] Efnahagur á Íslandi ætti að hafa farið batnandi samkvæmt þessu á 12. öld og við lok þjóðveldis, nýjar tekjulindir að hafa komið fram en það liggur ekki fyrir.

Sé það rétt að virðing hafi aflað fylgis, vaknar spurning um það hvernig hún geti skýrt svo mikla valdasamþjöppun sem varð á Íslandi um 1200. Ein hugsanleg skýring er auðvitað sú að fáum mönnum hafi tekist að ná stjórn á utanlandsversluninni, hafi bolað keppinautum frá og einir aflað nauðsynlegs varnings erlendis frá til að skáka öðrum í glæsilegu veisluhaldi og fögrum byggingum úr erlendu timbri, svo að eitthvað sé nefnt. Alkunna er að Sturlungar voru vinsælir meðal norskra kaupmanna en Oddaverjar áttu ítök hjá orkneyskum kaupmönnum og þeir fóru halloka og týndu tölunni. Getið er amk. þriggja norskra kaupmanna sem dvöldust hjá Sturlu Sighvatssyni, hver eftir annan, og bendir vist þeirra hjá honum til þess að viðskipti við þá skyldu stuðla að aukinni virðingu hans og hafa vafalítið gert það.

Fleira mætti tína til um virðingu og valdasamþjöppun en ekki virðist sennilegt að sívaxandi virðing hafi endilega þurft að leiða til æ stærra ríkis nema það hafi beinlínis verið pólitískt markmið goðans. Hugmyndin um héraðsríki átti hins vegar að öllum líkindum miklu fylgi að fagna um 1200, menn hafa sennilega eygt þá von að með styrkri stjórn eins stórgoða í héraði í stað margra smárra mætti tryggja frið og samdrægni.[46] Þeir sem nutu mestrar virðingar og höfðu vilja til að mynda héraðsríki urðu hlutskarpastir og þá skiptu tekjur líklega ekki öllu máli.

Snorri Sturluson hafði mikið fé til ráðstöfunar og gerðist höfðingi, segir í Íslendingasögu. Síðar segir að virðing hans hafi aukist mjög og er tengt því að hann hafði í fullu tré við Oddaverja í deilum við þá. Í því sambandi er einnig nefnt að hann hafi gerst skáld og var hagur á allt og hafði hinar bestu forsagnir (269). Auður er ekki nefndur í þessu samhengi. Hér er líklega verið að segja frá því að Snorri hafi orðið stórgoði, risið af stigi stórmennis yfir á stig foringja. Það er tengt virðingu.

Um Gissur Þorvaldsson segir: „... gerðist höfðingi mikill, vitur mað-

---

[45] Tilv. rit, 214–20.
[46] Helgi Þorláksson, „Þjóðleið hjá Brekku og Bakka", einkum 340–41, 346–48.

ur og vinsæll" (402). Ekki er minnst á góðan efnahag í þessu sambandi og Gissur var enginn ákafamaður og oft afskiptalítill, segir þar. Aðalatriði virðist vera að „flestir hinir bestu bændur fyrir sunnan land og víða voru vinir hans" (402). Gissur var maður sem gat aflað sér vinsælda og virðingar og þar með fylgis. Hann var vitur, ráðagóður og friðsamur, mesti mælskumaður og blíðmæltur. Hann kunni þá list að halda hinar bestu veislur, eins og við kynnumst í brúðkaupinu á Flugumýri enda var það kynfylgja meðal Haukdæla. Þetta allt nægði honum kannski til vinsælda meðal bestu bænda og vart er að efa að þeir hafi glaðir lagt til bús hans til að njóta þess í fögrum veislum. Ekki verður nákvæmlega tilgreint hvenær og hvernig hann reis af stigi stórmennis yfir á stig foringja en það er eins og það hafi ekki gerst fyrr en líða tók á fjórða áratuginn.[47]

Sturla Þórðarson reis aldrei af stigi stórmennis yfir á stig foringja. Skýringin er ekki að hann hafi skort fé heldur hitt að hann skorti meiri virðingu og meira fylgi. Umtalaðan fjárskort hans má sjálfsagt skýra með hinu sama, skorti á vinsældum.

Niðurstöður

Í þessari samantekt hefur verið lögð áhersla á að einblína ekki á tekjur og gjafir og veislur þegar skýra skal fylgi og völd stórgoða og goða almennt. Athugunin sýnir að goðar voru oft 'búnir til', svo að segja, efnilegir menn af goðaættum voru studdir til valda af hagsmunaaðilum í hverju héraði, hinum voldugustu bændum eða jafnvel öðrum goðum. Þannig var um þá bræður Þórð og Snorra og eins Sturlurnar báða. Þeir sem studdu þá til valda komu undir þá fótum, lögðu til bús þeirra eða fengu þeim jafnvel höfuðjarðir til afnota og ábúðar. Þegar velja skyldi goðaefni, virðast persónulegir eiginleikar hafa skipt mestu máli. Síðan reyndi á hvernig goðarnir nýttu þessa persónulegu eiginleika og tókst misvel. Allir voru þeir í stöðu stórmenna sem lögðu nótt við nýtan dag til að auka virðingu sína og afla sér fylgis. Bestum ár-

[47] Helgi Þorláksson, „Hruni", 40–42.

angri náðu þeir líklega sem gátu fengið aðra til að vinna fyrir sig, gátu sameinað menn um ákveðin verkefni. Í þjóðveldinu skipti greinilega höfuðmáli að gera hina bestu bændur að vinum sínum og vináttuna hafa menn staðfest með gjöfum og heimboðum. En aðalatriðið í samkeppni við aðra goða hefur verið að vekja aðdáun og virðingu, gera það upphefð mikla og einhvers virði fyrir hina bestu bændur að gerast vinir manns. Skipti á hestum og heimboðum hafa tæplega verið upphaf slíkra sambanda heldur miklu frekar aðferð til að staðfesta þau og auglýsa. Veislur og gjafir voru gagnkvæmar og efast má um nauðsyn auðs til að sinna kröfu um gjafmildi og örlæti. En góð ábýlisjörð, rúm búfjáreign og virðuleg húsakynni voru nauðsyn. Bágur efnahagur var vafalaust fjötur um fót en líkur þess að þeir hafi staðið best að vígi sem áttu mestan auðinn eru hins vegar litlar.

Sé þessi skýring rétt, verður skiljanlegra af hverju svo lítið segir frá auðsöfnun goðanna. Snorri Sturluson er undantekning, hann lagði mikla áherslu á auðsöfnun, amk. þegar frá leið, og ummæli Sturlu Þórðarsonar um að hann hafi gerst höfðingi því að eigi skorti fé, eru mönnum eins og sönnun þess að völd hafi byggst á auði. Vafasamt er að Snorri hafi notað ráðstöfunarfé sitt til að kaupa sér fylgi enda kemur það ekki fram. Hvernig hann leitaði á vini Þórðar Böðvarssonar er alveg óvíst. En valdabarátta hans hefur ekki endilega þurft að kosta hlutfallslega meira en barátta metnaðarfullra goða almennt fyrir völdum. Hann hefur haldið allfagrar veislur fyrir vini sína, kannski tvær á ári, og gefið gjafir, svo sem sómdi, en ekki fer neitt orð af sérstakri gjafmildi hans eða örlæti. Snorri virðist hins vegar hafa verið vel fallinn til að afla sér virðingar bænda og ætti það ekki síst að skýra völd hans. Eftir að hann hafði komist yfir Stafholt og Reykholt, hefðu honum átt að vera flestir vegir færir í valdabaráttu. Kannski á Sturla Þórðarson ekki við annað en staðina þegar hann segir að Snorra hafi ekki skort fé. Hann hefur þá kannski haft í huga að hann byrjaði feril sinn „félaus".

En af hverju safnaði Snorri svo miklum auði, af hverju sóttist hann eftir að ráða fyrir sem mestum jarðeignum með helmingafélagi við Hallveigu Ormsdóttur frá 1224 ef það var ekki beint nauðsynlegt til að afla sér fylgis? Etv. var hann fégjarn. Kynni og að vera að hann hafi litið lengra en flestir og ætlað sér meiri hlut. Allar líkur eru til að hann hafi sóst eftir að verða jarl yfir öllu Íslandi og ríkja einn og þá gat verið mikilvægt að eiga miklar jarðeignir til að veita að léni. En þetta verður ekki annað en tilgáta.

Á lokaskeiði var Snorra margt mótdrægt, hann fór halloka fyrir Sturlu Sighvatssyni, varðist honum ekki þegar hann lagði undir sig Borgarfjörð og flýði til Noregs. Má segja að forysta hans hafi bilað illilega og er hætt við að virðing hans hafi dalað. Í Noregi dvaldist hann hjá vini sínum, Skúla hertoga, sem undirbjó uppreisn gegn Hákoni konungi.

Snorri orti vísu þar sem hann bað ónefndan mann fyrir kveðjur til skálds eins á Norðurlandi sem hét Eyjólfur:

> Eyjólfi berðu elfar
> úlfseðjandi kveðju
> heim þá er honum sómi
> heyra best með eyrum
> því að skilmildra skálda
> skörungmann lofag örvan,
> hann lifi sælstr und sólu
> sannauðigra manna.

Ætla má að Snorri hafi ort þessa vísu í seinni utanför sinni í Noregi og er athyglisvert að hér ber hann saman auð og virðingu (sóma). Um Eyjólf segir að hann hafi verið „skáld einkar gott og búþegn góður en eigi féríkur".[48] Snorri gerir sóma hans mikinn með því að senda honum vísuna. Eyjólfur er ör skörungur og er ætlandi að hann hafi notið virðingar enda nefndur „búþegn góður". Snorri óskar honum þess að lifa sælstur undir sólu þótt ekki væri hann féríkur. Auðmaðurinn mikli í Reykholti telur hann hins vegar í hópi „sannauðigra manna" og má vera að hann sé hér að segja að virðing skipti meira máli en fé.

Snorri fór til Íslands í banni konungs og byrjaði að sekta þá sem

---

[48] Sigurður Nordal, *Snorri Sturluson*, 49–50. Bjarni Einarsson, „Skáldið í Reykjaholti." *Eyvindarbók. Festskrift til Eyvind Fjeld Halvorsen* (1992), 34–35.

höfðu stutt Sturlu Sighvatsson. Hann lagði td. gjöld á þá bændur sem kastað höfðu grjóti í Bæjarbardaga (446) og voru slíkar álögur varla vel fallnar til vinsælda. Snorra til mikils ama sat Órækja sonur hans í Stafholti og lagði gjöld á bændur sem Snorra mislíkaði mjög (447). Órækja sat annars í Vatnsfirði og gætti óvildar í hans garð meðal Vestfirðinga sem sumir vildu efla Illuga Þorvaldsson til valda (448, 452). Hallveig kona Snorra féll frá og hann deildi við syni hennar um arfinn. Frá Noregi bárust þær fréttir að Skúli hefði fallið í átökum við Hákon konung og hljóta það að hafa verið skelfileg ótíðindi fyrir Snorra. Hann var með öllu rúinn því mikla trausti sem hann hafði notið við hirðina í Noregi og það var trúlega áfall fyrir virðingu hans á Íslandi. Eftir þetta hefur hann td. varla getað gert sér vonir um vinsamleg samskipti við norska kaupmenn. Stórveldisdögum Oddaverja hafði á sínum tíma lokið þegar þeir féllu í ónáð Noregshöfðingja og norskra kaupmanna og gátu ekki lengur treyst á vini sína í Orkneyjum, Orkneyjajarl og orkneyska farmenn. Sæmundur Jónsson í Odda var þá úrræðalaus og virðing hans þvarr. Virðing Snorra þvarr við svipaðar kringumstæður um 1240 og hann hlaut banahögg í kjallara sínum í Reykholti, einmana og umkomulaus. Kom honum þá að litlu haldi sá mikli auður sem hann hafði safnað.

Að lokum skal efnið sett í stærra félagssögulegt samhengi:

> Hin pólitíska saga, átök milli goða og þróun goðavalds, mun líklega einkum verða skoðuð í ljósi félagsmenningar á næstu misserum. Umræðan snýst æ meira um 'grunnleggende forestillinger om samfunn, politikk og menneskelige handlinger', eins og Sverre Bagge orðar það. ... Umræðan um 'menneskelivets vaner og normer' og 'fælles menneskelig livsmönstre' er ekki ný. ... Nýtt er að sá þáttur sem nefna mætti félagsmenninguna er settur á oddinn og skoðaður út frá formgerð samfélagsins. Þetta er merki þess að mönnum þykir greining samfélagsins, könnun samfélagsgerða, ófullnægjandi, vilja draga hugarfarssögu inn í athuganir sínar; hegðunar- og lífs-

mynstur fólks þykir ekki minna virði en bygging samfélags.[49]

Kenning Norberts Elias er af því tagi sem um ræðir, hann sýnir hvernig hegðunarmynstur hirðmanna breyttist á nýöld í takt við það að ríkisvald efldist. Hugmyndir um heiður og hefndarskyldu voru á undanhaldi enda bundnar við aðra formgerð samfélags, þar sem miðstjórnavald var lítið eða ekkert.

Það gilti ákveðið hegðunarmynstur á þjóðveldistíma og metorðamenn voru metnir af samfélaginu eftir því hvort þeim tókst að fylgja því eða ekki. Þetta var sem forskrift, samfélagið hafði vissa hugmynd um það hvernig foringi (goði) skyldi vera og það var mikilvægt í sókn hans eftir fylgi að hann gæti sannfært menn um að þannig væri hann.

Það er forskriftin sem er aðalatriði, ekki raunverulegir eiginleikar einstakra persóna. Margir hafa talið að Snorri hafi verið aurasál en hann hélt samt *fagrar* veislur. Okkur er sagt að Oddaverjar og Haukdælir hafi verið öðrum hæfari að þessu leyti. Ekki kemur fram hvort það byggðist á persónulegum hæfileikum, var tillært, háð aðfengnu fólki með kunnáttu eða kannski allt í senn. Fagrar veislur voru hins vegar félagsleg krafa, viðmiðun í samfélaginu, og þess vegna athyglisverðar, pólitískur árangur manna gat byggst á fögrum veislum.

Í samanburði á þeim nöfnum, Sturlu Sighvatssyni og Þórðarsyni, kemur fram að hinum fyrrnefnda hafi tekist betur upp við að lifa í samræmi við ímynd sem skírskotaði til fólks. Hver persóna Sturlu Sighvatssonar var í reynd skiptir hins vegar minna máli og ekki er td. auðsætt að hann hafi endilega haft mikið verksvit sjálfur, gat látið aðra um verkstjórn. Þeirri ímynd hefur þó væntanlega verið haldið að fólki að hann væri mikill byggingameistari. Það hefur því verið foringjum akkur að hafa verksvit enda varla tekið fram um Snorra að hann hafi haft hinar bestu forsagnir á því sem gera skyldi nema af því að það skipti máli. Þeir Snorri og Sturla Sighvatsson náðu árangri í valdabaráttu, hér hefur verið skýrt hvernig þeir fóru að því en ekki skiptir öllu máli að skýra hverjir þeir voru í reynd.

[49] Agnes S. Arnórsdóttir, Helgi Þorláksson, Saga heimilis á miðöldum. Inngangur. *Íslenska söguþingið. Ráðstefnurit* I (1998), 40–41.

Gunnar Karlsson

Eftirmáli

Í Víga-Glúms sögu segir frá tveimur mönnum, Bárði bónda á Skáldsstöðum og húskarli hans, sem voru á ferð norður í Eyjafirði þegar þeir sáu þrjá menn ríða á eftir sér og þóttust vita að þar færu óvinir í hefndarhug, Vigfús Glúmsson og förunautar hans. Húskarlinn lagði til að þeir riðu undan, „ok er nú svívirðingarlaust, meðan vit vitum eigi, hvat þeir vilja." En Bárður sendi húskarlinn frá sér í leit að liðstyrk, því að eftirreiðarmenn mundu ekki leggja þrír að sér einum; ef þeir væru aftur á móti tveir, mundu þeir njóta liðsmunarins. Húskarlinn reyndi enn að fá Bárð til að leita undan og sagði að ekki væri ámælisvert fyrir hann að fara að Víðinesi því að hann ætti erindi þangað. Það ráð tók Bárður ekki heldur bjóst til bardaga. Framan af reyndist hann hafa haft rétt fyrir sér í því að Vigfús réði einn að honum, en þegar leit út fyrir að Bárður hefði betur, og von á að hann fengi liðsauka á hverri stundu, þá gengu förunautar Vigfúss í bardagann og drápu Bárð.[1] Drengskaparreglan hélt því ekki þegar lífið var í hættu.

Sögumaður leggur auðvitað ekkert mat á siðareglur sögupersónanna. Hann lætur okkur þannig eftir að svara því hvort honum finnst sjálfsagt mál að hugsa svona og segir aðeins frá þessu til þess að skýra hvers vegna Bárður féll. Eða var hann að lýsa veröld sem var, þegar heiður stýrði gerðum manna? Við fáum ekki heldur að vita hvað honum finnst um svona siðaboð. Ber hann virðingu fyrir þeim eða er hann að

---

[1] *Íslenzk fornrit* IX (Reykjavík: Fornritafélag, 1956), 64–65 (19. kap.).

gera grín að hégómlegri dýrkun á virðingu? Eða er þarna dæmi um þá sérkennilegu blöndu gamans og alvöru sem við þykjumst stundum greina í Íslendingasögum og áttum eiginlega ekkert orð yfir þangað til við fluttum inn alþjóðlega hugtakið íróníu?

Hvað sem um það er, þá er þetta dæmi um það ráðgátukennda samband sem er á milli Íslendingasagna og heiðursdýrkunar þess samfélags sem skóp sögurnar í einu eða öðru formi, einhvern tímann á skeiðinu frá því að söguhetjur þeirra voru uppi – eða ekki – á 10. og 11. öld og þangað til sögurnar voru skráðar á skinn tveimur til fjórum öldum síðar. Bókin *Sæmdarmenn* fjallar um þetta samband á nokkuð mismunandi hátt. Flestir höfundanna nota sögurnar sem heimildir um samfélagið, en einn þeirra, Torfi H. Tulinius, snýr líka við á þeirri leið og vill fá heimildirnar til að segja frá því hvers vegna samfélagið skóp sögurnar. Þetta er allt afar áhugavert, og ég naut þeirra forréttinda að fá að lesa handrit bókarinnar og skrifa niður það sem mér dytti í hug við lesturinn.

Torfi Tulinius sækir hér til franska félagsfræðingsins Pierre Bourdieu net hugtaka til að veiða í hugsanir sínar um efnið. Eftir því sem Torfi segir (því aldrei les ég Bourdieu) fjallar hann um félagslegt rými, sem rúmar ólík svið, og á hverju sviði spila félagslegir hópar fólks hver sitt fjárhættuspilið eftir sérstökum reglum þess. Þessi hugmynd um mörg svið í einu félagslegu rými finnst mér vera einkar gagnleg, og samlíkingin við spilamennsku er bráðsnjöll, eftir að við höfum vanið okkur við þá hugmynd að sami félagshópurinn sé í ólíkum spilum samtímis. Þannig er íslenski höfðingjahópurinn samtímis að spila innbyrðis, við bændur í heimabyggðum sínum, konunga og hirðmenn þeirra í Noregi og Guð og fulltrúa hans á jörðinni. Hér sannast eftirminnilega það sem Steinn Steinarr sagði:

> Að sigra heiminn er eins og að spila á spil
> með spekingslegum svip og taka í nefið.[2]

Því allir eru alltaf að reyna að leggja undir sig svolítið af heiminum, og

---

[2] Steinn Steinarr, *Kvæðasafn og greinar* (Reykjavík: Helgafell, 1964), 133.

það sem fólk spilar um kallar Bourdieu félagslegt auðmagn. Það er af þrennu tagi: efnahagslegt, menningarlegt og táknrænt; og sameiginlega aflar það virðingar og stöðu í samfélagi. Torfi fæst við þrjú svið íslenska miðaldasamfélagsins: svið eignamanna af leikmannastétt, svið konungshirðarinnar og svið kirkjunnar.

Eignaleikmenn voru einkum goðorðsmenn og bændur, og þeir spiluðu örugglega sífellt um efnahagslegt auðmagn. Í sögum kemur sorglega lítið fram um hvort þeir lögðu menningarlegt auðmagn undir líka; Torfi gerir ráð fyrir að stærri bændur hafi lagt sig eftir þekkingu á lögum og skáldskap, færni sem sjálfsagt hefur aflað goðum virðingar. Í því sambandi má minna á Hrólf bónda á Skálmarnesi á fyrstu áratugum 12. aldar, fyrsta sögumann fornaldarsagna, sem heimild segir að hafi verið „lagamaðr mikill ok fór mjök með sakir."[3] Táknrænn auður fólst auðvitað einkum í goðorðunum sjálfum, og um þau spiluðu goðorðsmenn einkum hver við annan, að minnsta kosti eftir að kemur fram á tíma samtímaheimilda. Aftur á móti hef ég haldið, allt síðan ég las Sturlungu fyrst almennilega, að á 13. öld hafi verið háð þrálát keppni milli goðorðsmanna og stórbænda um það hve mikinn rétt til að ráða – og þannig hve mikið táknrænt gildi – goðorðseign ætti yfirleitt að veita.[4] Í Njáls sögu má greina sterka andhöfðinglega tilhneigingu, sem gætir einkum í afstöðu sögunnar til Skafta Þóroddssonar lögsögumanns og Ármann Jakobsson hefur fjallað um.[5] Kannski er Njála einmitt lituð af þessum átökum.

Við hirðina er táknrænt auðmagn sjálfsagt langmikilvægast, og þar gilda, eins og Torfi segir, sérstakar virðingarreglur, vegna þess að virðing konungs átti að vera föst og óbifanleg, og menn juku virðingu sína með því að þjóna honum vel og öðlast traust hans. Þetta leiðir hugann að frægðarsögunum af Íslendingum sem standa uppi í hárinu á Noregskonungum og komast upp með það. Til dæmis má nefna Jón Ög-

3   *Sturlunga saga* I, (Reykjavík: Sturlunguútgáfan, 1946), 14 (Þorgils saga ok Hafliða, 3. kap.).
4   Gunnar Karlsson, „Goðar og bændur." *Saga* X (1972), 37–48.
5   Ármann Jakobsson, „Skapti Þóroddsson og sagnaritun á miðöldum." *Árnesingur* 4 (1996), 217–33.

mundarson sem talaði máli Gísls Illugasonar svo vel við Magnús konung berfætt að hann fyrirgaf ekki aðeins Gísl mannsvíg heldur öllum Íslendingahópnum sem hafði frelsað hann úr dýflissu konungs.[6] Enginn vafi er á að slíkt aflaði hinum djörfu Íslendingum virðingar, að minnsta kosti sem sögupersónum heima á Íslandi, en kannski hvergi nema þar.

Á sviði kirkjunnar eru spilareglurnar enn aðrar og ólíkar hinum, einkum af því að þar er gert ráð fyrir að vinningarnir verði aðallega greiddir út í öðru lífi. Engu að síður eru gagnkvæm áhrif þessa sviðs og annarra meðal hins forvitnilegasta í íslenskri miðaldasögu, bæði sögu samfélags og bókmennta. Ef við gerum ráð fyrir að fólk hafi almennt trúað til fulls kenningum kirkjunnar um eilíft líf, hreinsunareld og helvíti, þá spiluðu menn hvergi eins glannalega og á þessu sviði.

Grein Torfa endar á áleitnum spurningum um sjálfstætt gildi skáldskapar og sagnaritunar í augum íslenskra miðaldamanna, og í framhaldi af því um ástæður þess að Íslendingasögur urðu til. Hann hafnar þeirri skýringu sem hann eignar Preben Meulengracht Sørensen,[7] að fjarvera framkvæmdavalds í íslenska þjóðveldinu hafi leitt fram þann þráláta áhuga á deilum og heiðri sem nægði til að skapa þessa einstæðu bókmenntagrein. Framkvæmdavald var víðar lítið, segir Torfi, og víðar í Evrópu þurftu einstaklingar að verja sig sjálfir á 12. og 13. öld ef á þá var ráðist. Þetta eru holl varnaðarorð, því okkur sem störfum í íslenskum fræðum hættir örugglega stundum til þess að gera okkur of staðlaða og flata mynd af evrópskum miðöldum og láta sérstöðu Íslands þannig bera of hátt yfir. Samt kann að vera að krafa Torfa á hendur skýringunni sé í stífasta lagi. Engar sögulegar orsakaskýringar eru tæmandi þannig að við nefnum *allt* sem þurfti að vera til staðar til þess að

---

[6] *Biskupa sögur* I (Kaupmannahöfn: Bókmenntafélag, 1858), 156–57 (Jóns saga helga hin elzta, 5. kap.).

[7] Álitamál er hvort Meulengracht Sørensen setur þessa kenningu fram í bók sinni, því hann fjallar ekki beint um skýringar á tilurð sagnanna. Ef við segjum að kenningin liggi í orðum hans má spyrja hvort hún hafi ekki legið í orðum manna áður. Mér finnst Jesse Byock fara nokkurn veginn eins nærri því að orða hana í bókum sínum, *Feud in the Icelandic Saga* (Berkeley: University of California Press, 1982), einkum 27–28, 37–38, og *Medieval Iceland: Society, Sagas and Power* (Berkeley: University of California Press, 1988), 8–10.

það gerðist sem á að skýra. Meulengracht Sørensen getur varla hafa verið að segja annað og meira en að framkvæmdavaldsleysi Íslendinga hafi skapað þeim sérstöðu í samanburði við einhver verulega mörg evrópsk samfélög á sama tíma. Eitthvað enn annað hefur svo skapað því sérstöðu í samanburði við önnur sem voru líka framkvæmdavaldslaus. Vissulega hljótum við að halda áfram að leita að þessu einhverju öðru, eins og Torfi hefur verið að gera í þeim greinum sem hann vísar til í niðurlagi ritgerðar sinnar hér að framan.

Hugtakanetið frá Bourdieu er svo vítt að freistandi er að reyna að fanga eitthvað af efni annarra greina bókarinnar í það líka. Viðfangsefni Sverris Jakobssonar, upphefð sem kemur að utan, fellur þannig að verulegu leyti saman við það svið sem Torfi kennir við norsku hirðina, þótt Sverrir fari víðar yfir og snerti raunar svið kirkjunnar líka, því sumar utanferðir voru pílagrímsferðir, samkvæmt yfirlýstum tilgangi farnar til sáluhjálpar.

Efnahagslegt auðmagn fluttu utanfarar jú inn í formi góðra gripa sem þeir höfðu þegið að gjöfum frá konungum og öðrum fyrirmönnum. En eins og Sverrir segir eru þessir gripir jarteinir um virðingu sem menn hafa hlotið; það er táknrænt auðmagn sem gefur þeim gildi. Ef menn hafa farið utan til þess að reka hagkvæm viðskipti, selja dýrt og kaupa ódýrt, þá fer ekki miklum sögum af því. Sá maður sem kemur fyrst í hugann er Oddur Ófeigsson í Bandamanna sögu, og er hægt að segja að hann hafi aukið virðingu sína á því? Jú, hann keypti sjálfan Mel í Miðfirði „ok gerisk brátt rausnarmaðr mikill í búinu, ok er svá sagt, at eigi þótti um þetta minna vert en um farar hans." Svo tekur hann upp eða kaupir goðorð.[8] Við verðum að gera ráð fyrir að fólk hafi borið virðingu fyrir honum. Samt er Oddur óneitanlega hálfgerð andhetja.

Menningarlegt auðmagn flytja menn hins vegar með sér í stórum stíl frá útlöndum. Grein Sverris sýnir glöggt hvað sú hugmynd er gömul á Íslandi að það séu réttir mannasiðir sem séu stundaðir hinum megin við Atlantshafið. Því er talið nauðsynlegt fyrir Borgfirðinginn

---

[8] *Íslenzk fornrit* VII (Reykjavík: Fornritafélag, 1936), 295–301 (1.–2. kap.).

Gunnlaug ormstungu að „fara útan ok skapa sik eptir góðra manna siðum ..." Og rangæski presturinn Þorlákur Þórhallsson fór utan furðu nákvæmlega í sömu erindum næstum 200 árum síðar. Siðir eru auðvitað sú tegund kunnáttu sem hefur einna mest einhliða táknrænt gildi. Því er það eins með menntunarauðmagn utanfara og gripi þeirra að það reynist vera táknauðmagn í innsta eðli sínu. Það fer ekki mikið fyrir gagnlegri menntun í því góssi sem Sverrir segir frá að Íslendingar hafi dregið að frá útlöndum. Maður gæti ætlað að Hrafn Sveinbjarnarson hafi lært erlendis þá læknislist sem hann er ræmdur fyrir í sögu sinni.[9] En samt finnst höfundi sögu hans helst viðeigandi að segja í stíl Íslendingasagna, að hann „var á hendi tignum mönnum ok þótti mikils verðr, hvar sem hann kom, fyrir íþrótta sakir." Þannig er látið eins og Hrafn hafi ekki verið að afla sér þekkingar í öðrum löndum heldur að komast að því að þrátt fyrir allt þætti hann bærilega mennilegur í útlöndum. Hrafn sögunnar hefur ekki sigrað sinn fæðingarhrepp, fremur en Jón úr Vör – eða við hin.[10]

Þá erum við komin að því sem hefur allra hreinast táknrænt gildi og aðeins varð sótt til útlanda: að ná máli á mælikvarða heimsins. Og auðvitað voru dýrgripirnir sem menn fluttu heim líka fyrst og fremst jarteinir þess að Íslendingurinn, eins og hann var í eðli sínu og eins og hann hafði lært að verða í útlöndum, hafði þótt verðmætur meðal þeirra sem þekktust kröfuharðastir og dómbærastir á manngildi. Jafnvel pílagrímsferðirnar, sem átti þó örugglega að fara í dýpstu auðmýkt, urðu Haukdælum vitnisburður þess að þeir bæru af öðrum Íslendingum af því að Gissur Hallsson hafði reynst vera betur metinn í Róm en nokkur íslenskur maður á undan honum. Sverrir nefnir ekki Sturlu Sighvatsson sem var svo fallegur þegar hann var hýddur suður í Róm að fólk gat ekki varist gráti. Utanferðir voru þannig leiðin til að flytja inn félagslegt auðmagn um leið og þær sköpuðu mælikvarða á gengi hins íslenska félagsauðmagns. Hitt er svo jafnsatt sem Sverrir segir, að menn urðu að berjast sinni lífsbaráttu heima fyrir þrátt fyrir frama

---

[9] *Hrafns saga Sveinbjarnarsonar*, ed. by Guðrún P. Helgadóttir (Oxford: Oxford University Press, 1987), 2, 5 (3.–4. kap.).
[10] Jón úr Vör, *100 kvæði* (Reykjavík: Helgafell, 1967), 111–12.

sinn að utan. Endanlega var útlent félagsauðmagn kannski ekki verulega góð mynt á Íslandi ef menn voru ekki fljótir að skipta því í íslenskan gjaldmiðil.

Sólborg Una Pálsdóttir opnar enn eitt sérsvið hins félagslega rýmis á Íslandi miðalda, sviðið þar sem konur spiluðu, hver við aðra og við karla. Sólborg hefur verið svo forsjál að marka grein sinni fremur þröngt svið og einskorða sig nokkurn veginn við þau tilfelli þar sem beinlínis er talað um virðingu, sæmd eða heiður kvenna. Þess vegna fjallar hún ekki um menningarlegt auðmagn, en þar kemur í hugann „hreinferðug júngfrú" Ingunn Arnórsdóttir sem var á Hólum á biskupsárum Jóns helga Ögmundarsonar, og:

> kenndi hon mörgum *grammaticam* ok fræddi hvern er nema vildi; urðu því margir vel mentir undir hennar hendi. Hon rétti mjök látínubækr, svá at hon lét lesa fyrir sér, en hon sjálf saumaði, tefldi, eða [vann] aðrar hannyrðir með heilagra manna sögum, kynnandi mönnum guðs dýrð eigi at eins með orðum munnnáms, heldr ok með verkum handanna.[11]

Enginn getur efast um að lesendum sögunnar sé ætlað að skilja þetta svo að Ingunn hafi aflað sér virðingar með kunnáttu sinni, og þar erum við komin inn á leið kvenna til að njóta virðingar utan fjölskyldutengsla sinna. Önnur kona sem kemur við Jóns sögu helga gerði það líka, en á annan og táknrænni hátt. Mærin Hildur, „úng at aldri en hrein at líkama, en lítilát í verki, mild í hugskoti, fögr at áliti en fegri at trú …" fýstist svo til einsetulifnaðar að hún lagðist út á Kolbeinsdal. Þar fundu menn hana, „brynjaða með heilagri trú, en hjálmaða með voninni, ok skjaldaða með psálma saungvum."[12] Þetta hermannlega líkingamál gefur skemmtilega í skyn að þarna, á sviði trúarinnar, sé leið kvenna til að sýna hetjuskap.

Efnahagslegt auðmagn kemur aðeins við sögu hjá Sólborgu, þar sem

---

11   *Biskupa sögur* I, 241 (Jóns saga hins helga eptir Gunnlaug múnk, 27. kap.).
12   *Biskupa sögur* I, 203–4 (Viðbætir úr C-gerð), sbr. 255 (Jóns saga Gunnlaugs, 48. kap.).

hún drepur á ráðskonu Þorgils Böðvarssonar skarða, Þuríði Kolgrímsdóttur, sem var „hæfilát ok sínk, en þó sæmðarmaðr."[13] Af þessum orðum dregur Sólborg þá ályktun að örlæti hafi aflað konum sæmdar, Þuríður hafi verið sæmdarmaður *þó að* hún væri sínk, og liggur sá skilningur auðvitað beinast við. Aftur á móti er erfitt að verjast þeirri hugsun að þarna sé sagt frá með votti af íróníu af því að Þorgils var í þvílíku basli með að reka bú sín á þessum árum og setti hvert þeirra af öðru á höfuðið.[14] Hann þurfti á engu meira að halda en sínkri ráðskonu, þannig að segja má að hér sé stillt upp sem andstæðum kvenlegri hagsýni og karllegu örlæti.

Húsmæður fá stundum lofsamleg eftirmæli í sögum, til dæmis Herdís, kona Páls biskups Jónssonar:

> Herdís varðveitti bú þeirra í Skarði og börn þeirra öll og öll auðræði vel og skörugliga, meðan hann var utan, og var það almælt að engi börn væri jafnvel vanin sem þeirra börn í öllu héraði, og hélt það vel skapi meðan hún lifði, af því að hún var allra kvenna vöndust, bæði fyrir sína hönd og annarra manna, sem oft bar raun á.[15]

Og eftir sviplegan dauða Herdísar segir að „var það margra manna skylda, lærðra og ólærðra, að minnast hennar svo rækiliga og ástsamliga sem hinna skyldustu náunga, fyrir sakir margra hennar dýrlegra matráða."[16] Það skiptir ekki máli þótt okkur gruni að eitthvað kunni að vera smurt á dyggðir Herdísar af því að hún féll frá ung með hörmulegum hætti, – hún drukknaði í Þjórsá. Hér skiptir það máli að hægt var að meta hæfni við barnauppeldi og hússtjórn sem mikilvægar dyggðir.

Þetta voru viðbætur við grein Sólborgar, sprottnar af því að lesa hana

---

13 *Sturlunga saga* II, 152 (Þorgils saga skarða, 27. kap.).
14 Gunnar Karlsson: „Goðar og bændur", 43–44.
15 *Byskupa sögur* II, udgivet af Jón Helgason (Editiones Arnamagnæanæ. Series A, vol. 13,2. København, 1978), 411 (Páls saga, 2. kap.). Tilvitnanir í Páls sögu eru færðar til nútímastafsetningar.
16 *Byskupa sögur* II, 426 (Páls saga, 13. kap.).

með grein Torfa. En það sem Sólborg tekur sér einkum fyrir hendur að gera, að sýna fram á að giftar konur Íslendingasagna gátu öðlast sjálfstæða virðingu af því að þær tilheyrðu tveimur fjölskyldum, tekst henni með ágætum. Dæmi Vigdísar á Goddastöðum, Auðar Vésteinsdóttur og Þórdísar toddu Brodd-Helgadóttur sýna konur í siðferðilegum vanda sem er mjög hliðstæður við vanda sem karlhetjur rata gjarnan í. Þær þurfa að velja á milli tvenns konar trúnaðar, við fjölskylduna sem þær spruttu úr og fjölskylduna sem þær giftust inn í, og eins og sannar karlhetjur velja þær hiklaust og hljóta virðingu fyrir. Dæmi Vigdísar á Goddastöðum er sérstaklega athyglisvert vegna þess að val hennar stendur ekki aðeins á milli eiginmanns og ættar, heldur einnig á milli auðs og tignar, efnahagslegs og táknræns auðmagns eins og Bourdieu mundi segja. Hún hafði verið gefin Þórði godda til fjár, eins og Sólborg segir, og hún hafnaði með fyrirlitningu mútufé sem Þórði var greitt fyrir að framselja sakamanninn sem varð tilefnið að deilu þeirra hjóna.

Konur áttu sér að jafnaði afar þröngt og afmarkað athafnasvið í gamla íslenska samfélaginu, eins og sjálfsagt í flestum samfélögum fyrir lýðræðisbyltingu. Þetta endurspeglast í því að leiðir þeirra Vigdísar, Auðar og Þórdísar til virðingar eru einskorðaðar við fjölskyldur þeirra. Guðrún Ósvífursdóttir ein hefur sig út eða upp yfir þetta þrönga svið með því að taka málstað óskylds manns fram yfir vilja og metnað eiginmanns síns. Hvorki í Laxdæla sögu, Gunnars þætti Þiðrandabana né Fljótsdæla sögu, þar sem þessum atburðum er lýst, er gefin nein skýring á því hvers vegna Guðrún tekur við Gunnari Þiðrandabana, sekum manni óskyldum austan af landi.[17] Kannski á að skilja þetta svo að hún hafi gert það til að ögra eiginmanni sínum, Þorkatli Eyjólfssyni, sem hafði beinlínis lofað að drepa Gunnar. Þetta er merkileg saga, meðal annars í ljósi þess að Guðrúnu hafði unga dreymt fyrir hjónabandi þeirra Þorkels, og draumurinn var ráðinn þannig að hann mundi bera ægishjálm yfir henni.[18] Kannski var Guðrún loks að

---

[17] *Íslenzk fornrit* V (Reykjavík: Fornritafélag, 1934), 202 (Laxdæla saga, 69. kap.).
  – *Íslenzk fornrit* XI (Reykjavík: Fornritafélag, 1950), 209–10 (Gunnars þáttr Þiðrandabana, 6.–7. kap.), 286 (Fljótsdæla saga, 21. kap.).
[18] *Íslenzk fornrit* V, 89–91 (Laxdæla saga, 33. kap.).

losa sig undan valdi draumsins þegar hún lagði metnað sinn í að bjarga Gunnari Þiðrandabana.

Grein Sólborgar flytur þannig mikilvæg og hárrétt andmæli við þá skoðun á heiðri kvenna sem Preben Meulengracht Sørensen birtir í bók sinni. Þó sakna ég þess örlítið að þröng efnisafmörkun Sólborgar verður til þess að hún minnist ekki á einu konuna sem Meulengracht Sørensen nefnir sem undantekningu frá þeirri reglu að kona geti ekki öðlast heiður í Íslendingasögum „[v]ed egen indsats ..." Það er Þorbjörg digra Ólafsdóttir í Vatnsfirði, sem bjargar Gretti sterka frá hengingu og er greinilega afar mikils metin kona.[19]

Helgi Þorláksson flytur söguþráðinn aftur inn á það svið þar sem goðar háðu sitt sífellda spil um fylgi bænda. Hann tekur sér fyrir hendur að sýna fram á að persónulegir eiginleikar manna hafi ráðið meiru um hvernig þeim farnaðist í þeim leik, í hlutfalli við auð, en margir fræðimenn hafa haldið fram nýlega. Þannig vill hann lækka gengið á efnahagslega auðmagninu. Það sem hann hækkar í staðinn á sér eiginlega ekki stað í kerfi þeirra Torfa og Bourdieu, enda eru persónulegir eiginleikar sem slíkir ekki félagslegt fyrirbæri, heldur náttúrlegt eða líffræðilegt, eins og háskólamönnum er tamt að segja. „Samfélag samanstendur ekki af einstaklingum," sagði Karl Marx, „það birtir summu þeirra tengsla og afstæðna sem eru á milli einstaklinganna."[20] En mannlegt samfélag lifir í náttúru og félagsveran maður lifir í náttúrlegum líkama, svo að það verður auðvitað ekki umflúið að skýra söguleg fyrirbæri með náttúrlegum atburðum eða persónulegum eiginleikum ef það reynist svo við athugun að slíkt, og annað ekki, skýri hin sögulegu fyrirbæri.

Við Helgi höfum áður þrefað svolítið um skýringargildi persónulegra eiginleika í sagnfræði.[21] Það hratt mér af stað að fara að ræða

---

[19] Preben Meulengracht Sørensen, *Fortælling og ære. Studier i islændingesagaerne* (Århus: Aarhus universitetsforlag, 1993), 214, 232–33.

[20] Cohen, G.A.: *Karl Marx's Theory of History. A defence* (Oxford: Oxford University Press, 1978), 37.

[21] Gunnar Karlsson, „Völd og auður á 13. öld." *Saga* XVIII (1980), 24–25. – Helgi Þorláksson, „Stéttir, auður og völd á 12. og 13. öld." *Saga* XX (1982), 67–68. – Gunnar Karlsson, „Um valdakerfi 13. aldar og aðferðir sagnfræðinga." *Saga* XXI

þetta efni þá, í tilefni af deilum okkar um valdakerfi 13. aldar, að mér fannst Helgi sækja í að eyða þeim félagslegu línum sem ég var að reyna að draga upp með því að leita orsaka að afstöðu manna á persónulegu plani. Þá hélt Helgi því fram að ég misskildi sig um þetta, og er það sjálfsagt rétt. Nú hefur hann tekið þetta mál til umræðu á ný og sýnt rækilega fram á að persónulegir eiginleikar eiga sér vissulega sinn stað í félagssögu.

Í umræðunni um goðavald og höfðingjavald á miðöldum hefur að undanförnu verið lögð nokkuð þung áhersla á eignir og tekjur, gjöld og gjafir. Því er tímabært að vekja athygli á því að sögurnar mora í lýsingum á persónulegum eiginleikum manna. Á ritunartíma sagnanna hafa þeir sýnilega verið taldir skipta miklu máli fyrir framavonir manna. Helgi dregur líka rækilega fram að frami manna virðist oft kominn undir því að kunna að spila rétt úr því efnahagslega auðmagni sem maður hafði til ráðstöfunar, og þá giltu ekki sömu reglur og í kauphöllum okkar tíma. Fagrar veislur og ónothæf virki, höfðingjabragur og framkvæmdasemi, reyndist kannski besti verðmiðillinn á virðingarmarkaðnum.

Samanburður Helga á þeim frændum og nöfnum, Sturlu Þórðarsyni og Sturlu Sighvatssyni, finnst mér skemmtilegur og vænlegur til þess að vekja hugmyndir og hugleiðingar. En mér finnst eiginlega merkilegastar mótsagnirnar í fari þeirra frænda. Þeir njóta báðir trausts og virðingar sumra manna til mannaforráða, það kemur glöggt fram hjá Helga. En svo er stundum eins og þeir kunni ekki fótum sínum forráð, sérstaklega Sturla Sighvatsson – það verður ekki af honum skafið. Lýsingar Sturlu Þórðarsonar á honum og verkum hans eru líka einkennilega sundurleitar; annars vegar er þessi aðdáunarfulla hetjulýsing sem Helgi birtir – en af hverju ríður hann lötum hesti? Þetta *mætti* lesa þannig að hann hafi verið svo hégómlegur að leggja á sig að nota latan hest af því að hann var fallegur. Hins vegar er svo lýsing eins og af vígi Þorvaldssona frá Vatnsfirði í stakkgarðinum í Dölum árið 1232, þar sem allri athygli er beint að þeim bræðrum sem verjast og falla, en

(1983), 271. – Helgi Þorláksson, „Helgi Þorláksson svarar." *Saga* XXI (1983), 278.

Sturla fyrst brosandi eins og kjáni og síðan fúll og önugur að etja mönnum sínum fram, án þess að berjast nokkuð sjálfur.[22] Sturla Þórðarson er líka mótsagnakenndur, og kemur það ekki allt fram hjá Helga. Annars vegar er hann einn af þeim fáu sem standa eftir lifandi og uppskera ávextina af að hafa selt Noregskonungi landið (svo að tekið sé þjóðernishyggjulega til orða). Hann verður bæði sagnaritari norsku krúnunnar og kemst til einhverra æðstu metorða yfir Íslandi. Má þá segja að lítið legðist fyrir glæsimennið Sighvatsson í samanburði við hann. En svo er eins og það hafi verið vandræði að notast við hann sem lögmann. Árni biskup Þorláksson skrifaði til Noregs árið 1277 „at Jón lögmaðr fór vel ok vitrliga í sínu starfi, en af Sturlu stóð minna gagn en þörf stóð til ok þar þurfti ráð fyrir at sjá."[23]

Hvað sem er um þá hugmynd Helga að þeir frændur hafi verið höfðingjar á tveimur ólíkum stigum, Þórðarson stórmenni en Sighvatsson foringi, finnst mér þeir báðir umfram allt vera ráðgátur og hluti þeirrar stóru ráðgátu hvað fékk íslenska bændur til að taka, að minnsta kosti annað kastið, mark á þeim sem kölluðu sig höfðingja á Sturlungaöld.

Umfram allt leiðir rannsókn Helga kannski í ljós að hvors tveggja þurfti með, hæfileika og efna, eins og kemur afar skýrt fram í þeim tilvitnunum úr Sturlungu sem hann leiðir fram. Þar er sífellt verið að tala um fé og virðingu, fé og höfðingsskap, og iðulega í sömu setningu. Og þetta tvennt, auður og hæfileikar, eru svo ólík verðmæti að þau verða varla borin saman og sagt hvort þeirra skipti endanlega meira máli. Það þyrfti 20. aldar sálfræðing af mælingargjörnustu tegund til þess að reyna að finna út hvað hundrað gáfnastig af stjórnunarhæfni jafngildi mörgum álnum vaðmáls. Aftur á móti er hægt að rétta af halla sem manni finnst vera á rannsóknunum eins og þær standa þó að hann verði ekki mældur, og það gerir Helgi í grein sinni.

Fyrri grein Helga Þorlákssonar, „Virtir menn og vel metnir", fellur vel að hugmyndinni um félagslegt auðmagn sem Torfi leiðir inn í bókina, því þar er glímt við spurninguna um hvort virðing hafi verið

---

[22] *Sturlunga saga* I, 351–57 (Íslendinga saga, 84.–85. kap.).
[23] *Íslenzk fornrit* XVII (Reykjavík: Fornritafélag, 1998), 65 (Árna saga, 45. kap.).

til í ákveðnu magni í íslenska þjóðveldissamfélaginu. Helgi er þeirrar skoðunar að hægt hafi verið að auka virðingu, og þar með væntanlega það auðmagn sem aflaði virðingar. Þetta er kannski nokkuð augljóst, og ekki síst í þessu samfélagi þar sem tveir vitrir menn gátu sett niður deilur sín á milli á friðsamlegan hátt þannig að virðing beggja ykist. Að segja, eins og Miller gerir,[24] að öfund nágrannanna vegi það upp, sé ég ekki annað en að jafngildi því að segja að enginn auki nokkru sinni virðingu sína, því öfundin nagi aukninguna niður jafnóðum, og þá hættir hugtakið *virðing* að hafa nokkurn tilgang.

Ég hef annars staðar sett fram hugmynd um það í hvaða skilningi virðing var föst stærð. Ef einn maður gengur fram gegn óðum hvítabirni og drepur hann, svo að ég grípi dæmi frá Helga, þá aflar hann sér virðingar. Ef tveir menn ganga fram og drepa hvor sinn hvítabjörninn, þá verður virðing hvors fyrir sig minni en þess sem var einn um afrekið. Og ef hver sem er drepur hvaða hvítabjörn sem hann finnur, þá kemur fremur til mála að virðingarmagnið af hvítabjarnardrápi hafi rýrnað en vaxið í heild. En þetta á við allt táknrænt auðmagn. Í heimspekideild ber varla nokkur maður virðingu fyrir doktorstitli, en maður gæti að minnsta kosti ímyndað sér sveitasamfélag þar sem þætti merkilegt að komast að því að gesturinn væri doktor (þótt ég hafi nú raunar ekki komið þar). Eins er um eignir sem stöðutákn. Ef ég kaupi mér Renault í staðinn fyrir gömlu Löduna þá eyk ég kannski virðingu mína meðal nágrannanna, en sá virðingarauki hverfur ef þeir skipta yfir í BMW.[25] En þetta er svo algilt að það er örugglega allt annað sem Miller og Meulengracht Sørensen eru að tala um; kenning þeirra stenst einfaldlega ekki.

Ég vona að mér hafi tekist að sýna fram á það, ef einhver lesandi byrjar á eftirmálanum, að þetta er heildstæð bók að innihaldi, hugmyndarík og hugvekjandi. Það er yfirlýst stefna hennar að fjalla um virðingu sem félagslegt fyrirbæri en ekki einstaklingsbundna tilfinn-

---

[24] William Ian Miller, *Bloodtaking and Peacemaking. Feud, Law, and Society in Saga Iceland* (Chicago: University of Chicago Press, 1990), 31.
[25] Gunnar Karlsson, „William Ian Miller: *Bloodtaking and Peacemaking* [ritdómur]." *Alvíssmál* IV (1994), 128.

ingu. Það stendur hún við, en á margan hátt leiðir hún í ljós að virðingin var flóknara og að vissu leyti einstaklingsbundnara fyrirbæri á Íslandi þjóðveldistímans en þeir fræðimenn hafa sýnt fram á sem hafa lagt mesta áherslu á að líta á virðingu sem félagslegt kerfi. Segja má að fræðimannahópurinn sem spreytti sig fyrstur á að fjalla um sæmd sem félagslegt fyrirbæri á tveimur síðustu áratugum 20. aldar, Byock, Miller, Meulengracht Sørensen og fleiri, hafi skrifað fyrstu kynslóð rita um efnið. Hér eru víða gerðar uppreisnir gegn sjónarmiðum þessara rita, og því sting ég upp á að þessi bók kallist fyrst í annarri kynslóð rita um félagslegt eðli virðingar í íslenska þjóðveldinu.

Mannanöfn og atriðisorð

Aðalsteinn konungur á Englandi 28
Agnes Siggerður Arnórsdóttir 49, 52
Alexios keisari í Miklagarði 30
Alþingi 11
Ari sterki Þorgilsson á Staðarstað 98
Arnbjörn Ásbrandsson 25
Arngrímur Brandsson ábóti 33, 77
Aron Hjörleifsson 34, 38
auðmagn 62–66, 71, 74, 82, 84, 85
auðmýkt 140
auður 59–63, 137, 139, 141, 143–145
Auður Vésteinsdóttir 47, 48, 52, 143
ábyrgð 50
áhrif 39, 43, 52
álit 20, 21, 94, 120
Ármann Jakobsson 137
Árni biskup Þorláksson 73, 146
Ásgautur þræll 47, 52
ást 38, 66
Ávaldi skegg Ingjaldsson 68–70
Bárður bóndi á Skáldsstöðum 135
Bergþóra Skarphéðinsdóttir 45, 46, 51
Bersi auðgi á Borg 99
Bjarni Kolbeinsson biskup í Orkneyjum 26

Bjarni Brodd-Helgason 48
Björn Arngeirsson Hítdælarkappi 23–25, 27, 38
Björn Þorvaldsson 116n
blekking 64
Boccacio, Giovanni 82
Bolli Bollason 26–28
Bolli Þorleiksson 69
Bourdieu, Pierre 14, 59, 60, 62–65, 75, 81, 82, 136, 137, 139, 143, 144
Boyer, Régis 74
Brandur örvi Vermundarson 74
Byock, Jesse L. 42, 43, 102, 138n, 148
Böðvar Þórðarson á Staðarstað (Stað) 118
Chaucer, Geoffrey 82
Chrétien de Troyes 82
Dante Alighieri 82
dramb 79
drengskapur 15, 135
Dufgus Þorleifsson 113, 114
dyggðir 41, 142
dýrð 34n, 35, 141
efnahagslegt auðmagn, sjá auður
Egidius dýrlingur 35
Egill Skalla-Grímsson 28, 85, 86
Eindriði ungi 36
Eiríkur jarl Hákonarson 23

Eiríkur málspaki 36, 37
Eiríkur Sveinsson Danakonungur 30
Elias, Norbert 38, 134
Eyjólfur Brúnason 84, 132
Eyjólfur Kársson 67, 68
Eysteinn Magnússon Noregskonungur 125
Eyvindur Bjarnason 27
fegurð 82, 120
fé, sjá auður
fégræðgi 53n, 101
félagsleg staða 24, 33, 39, 94, 102
félagslegt auðmagn 59, 60, 62, 63, 81, 84, 137, 140, 141, 146
félagslegt rými 59–62, 64, 71–73, 76, 80, 84, 136, 141
Flaubert, Gustave 81, 82
Florentíus af Worcester 29
Flosi Þórðarson 33
fóstur 11, 68
Frakkakóngur 30
frami 24, 25, 27n, 33, 39, 58, 64, 70
Friðrekur II Heinreksson keisari 31, 32
friður 8, 75
frillulífi 11
frægð 33, 34n
fyrirlitning 143
fæð 45
Galti Hallgerðarson í Sogni 68
Garðskonungur 26, 28, sjá Miklagarðskeisari
gestrisni 97
gildi 27, 42, 54, 62–64, 82–85, 94, 120, 124, 137–140
gildismat 86
Gissur Hallsson 32, 33, 38, 80, 140
Gissur Þorvaldsson 38, 80, 105, 127, 129, 130
Gísl Illugason 138
Gísli Markússon í Saurbæ á Rauðarsandi 114, 118, 119

Gísli Súrsson 8, 47, 48, 52, 53
gjafmildi 29, 94, 95, sjá örlæti, rausn
Glúmur Eyjólfsson, sjá Víga-Glúmur
góðvild 67
Grettir sterki Ásmundarson 144
Grikkjakonungur 27, sjá Miklagarðskeisari
Gríss Sæmingsson 68, 70
guðfræði 80
Guðmundur biskup góði Arason 73, 75–77, 116
Guðmundur dýri Þorvaldsson 103, 109
Guðmundur Þórðarson á Staðarfelli 113
Guðrún Ingólfsdóttir 48, 49
Guðrún Nordal 116, 119n
Guðrún Ósvífursdóttir 49, 53, 69, 76, 143
guðrækni 29
Gunnar Hámundarson á Hlíðarenda 8, 26, 45, 46, 51, 103
Gunnar Karlsson 93n
Gunnar Þiðrandabani 48, 49, 143, 144
Gunnlaugs saga ormstungu 25
Gunnlaugur ormstunga 38, 39, 83, 140
Gunnsteinn Hallsson 110
gæfa 107
habitus 62, 64
hagsýni 142
Hallbera Snorradóttir 100n
Halldóra Tumadóttir 95, 99
Hallfreður Óttarsson 68, 69, 70, 72
Hallgerður langbrók Höskuldsdóttir 45, 46, 51
Hallur, bróðir Ingjalds Sauðeyjargoða 46, 47
Hallveig Ormsdóttir 100, 131, 133
harmur 85
Hatch, Elvin 94

háð 84
Hákon konungur Hákonarson 31, 32, 34, 83, 87, 132, 133, 115, 124n
hefnd 7, 8
hefndarskylda 8, 53, 134
heiðni 8, 85
heiður 7–15, 17–22, 41–46, 48–55, 88, 96, 99, 107, 134, 135, 138, 141, 144, sjá álit, metorð, sómi, sæmd
heiðursdýrkun 136
heilagleiki 75
heimsmynd 29
heimssýn 64, 81, 86
Helga Aradóttir 98
Helga Gyðudóttir á Brjánslæk 98, 99
Helga Þórðardóttir 110
Helgi Ásbjarnarson 48, 49
Helgi Njálsson 45
Herdís Bersadóttir á Borg 100
Herdís Ketilsdóttir 142
Hermann Pálsson 76
hetjulund 54
hetjuskapur 7, 8, 141
Hildur, einsetukona 141
hlýðni 71
hollusta 71
Hólabiskup 121
Hrafn Oddsson 111
Hrafn Sveinbjarnarson 25, 26, 35, 39, 75, 99, 118, 140
Hrafn Önundarson 83
Hrafnkell Freysgoði 39
Hrafnkels saga Freysgoða 27, 39
Hrafnssynir 113, 117, 119, 122
Hrólfur bóndi á Skálmarnesi 137
hugleysi 119n
hugrekki 7, 12
Huld, tröllkona 87
hylli 29, 95, 105
hæverska 37, 38

Illugi Þorvaldsson 133
illusio 64
Ingjaldur Sauðeyjargoði 46, 47
Ingólfur Þorsteinsson 66, 68
Ingunn Arnórsdóttir 141
írónía 136, 142
Ísleifur Gissurarson 37, 74
Jaeger, Stephen 37
jartein 27, 30, 32, 139, 140
Jesús Kristur, sjá Kristur
Jóhannes páfi XIX 29
Jón helgi Ögmundarson 137–138, 141
Jón Loftsson 19, 99, 108
Jón lögmaður Einarsson 146
Jón murti Snorrason 38, 100
Jón úr Vör 140
Jón Viðar Sigurðsson 93, 94, 98, 102, 128
Jón Ögmundsson 137
Jóreiður Hallsdóttir 110, 114
Jökull Ingimundarson 67
karlmennska 119n
Kálfur Gíslason 67
Ketill prestur Þorláksson 111, 114
kjarkur 12
Kjartan Ólafsson 69
Knútur konungur hinn ríki Sveinsson 24, 29, 31
Kolbeinn hrúga í Orkneyjum 26
Kolbeinn ungi Arnórsson 103, 104, 105, 116n, 126
Kolfinna Ávaldadóttir 68, 70
Kolur auðgi Árnason 124
Konráð keisari II 29
kristni 29, 34n, 65
Kristur 33–35, 116
kunnátta 25, 60, 140, 141
kurteisi 38
lagakænska 101
Loðinn leppur 32
Lúðvík Ingvarsson 102
lög 11, 50, 54, 58, 66, 137

Magnús allsherjargoði Guðmunds-
  son 100, 101, 103
Magnús Ólafsson konungur ber-
  fættur 138
Magnús Hákonarson konungur
  lagabætir 32
manngildi 58, 140
mannvirðing 28, 34, 95, 118
Marie de France 82
Markús Skeggjason 30
Marx, Karl 144
Matheus sendimaður Friðriks II
  keisara 32
Már á Másstöðum 68–70
menningarauðmagn 63, 81
menningarlegt auðmagn 59, 60, 61,
  137, 139, 141
menntun 31, 60, 62, 63, 64, 140
menntunarauðmagn 140
metnaður 14, 72, 144
metorð 13, 15, 21, 33, 95, 146, sjá
  heiður
Miklagarðskeisari 27, 33, 36, 68, sjá
  Garðskonungur
Miller, William Ian 17–19, 22, 42,
  44, 102, 147, 148
náð 107
niðurlæging 8n
Nikulás ábóti á Munkaþverá 32,
  32n
Njáll Þorgeirsson 45, 46, 76, 103
Noregskonungur 79, 80, 107, 125
norm 58
nytsemi 36
Oddur Álason 113, 114, 118, 119
Oddur Ófeigsson 139
Oddur Snorrason munkur 31
orðspor 50
orðstír 7n, 13, 15, 63, 109
Ormur Jónsson Svínfellingur 124
Orri Vésteinsson 65, 73
ójafnvægi 18
ójöfnuður 11, 18, 67

Ólafs saga Tryggvasonar 28
Ólafur helgi Haraldsson Noregs-
  konungur 23, 24, 38, 74
Ólafur Tryggvason Noregskonungur
  24, 31, 33, 34n, 70, 72, 76
Ólafur Svíakonungur 83
Ólafur Þórðarson hvítaskáld 34, 83,
  84, 86
óréttlæti 72
Óræ kja Snorrason 78, 105, 110,
  133
Óttar Þorvaldsson 66–70
óvirðing 44n, 68
Páll Hallsson 110, 114
Páll Jónsson biskup 38, 142
Perstiniany, J.G. 10
rausn 61, 97
reiði 79, 80
ríkisvald 12, 134
Rögnvaldur kali Kolsson Orkneyja-
  jarl 35, 36
samheldni 53
samhygð 101
Sámur Bjarnason 39
Service, Elman R. 112
siðaboð 58, 135
siðalögmál 85
siðareglur 135
siðferði 9n
siðfræði 79
siðsemd 50
siðvæðing 37
Sighvatur Böðvarsson 34
Sighvatur Sturluson 58, 77–80, 95,
  97–99, 104, 109, 112, 113,
  115–117
Sighvatur Þórðarson 36
Sigurður Magnússon Jórsalafari
  Noregskonungur 30, 125
Sigurður Nordal 7, 8, 100n
Sigurður grikkur Oddsson 27, 27n
sjálfsmat 8
sjálfsmynd 81, 84

sjálfsvirðing 8, 41
Skafti Þóroddsson 137
Skalla-Grímur Kveldúlfsson 28
Skarð-Snorri, sjá Snorri prestur Narfason
Skúli Bárðarson, jarl 83, 84, 120, 132, 133
Skúli Þorsteinsson 23
skömm 7, 8, 8n, 21, 44–49, sjá velsæmi
Snorri goði Þorgrímsson 19
Snorri prestur Narfason á Skarði 110, 113, 114
Snorri Sturluson 22, 58, 71, 72, 77–79, 82–86, 92, 93, 97–103, 105, 110, 111, 117–119, 120, 123, 125–127, 129–134
Snorri Þorvaldsson í Vatnsfirði 117–119
Snælaug Högnadóttir í Bæ 100
Solveig Sæmundsdóttir frá Odda 67, 115, 116, 117, 119n, 124
sómi 7, 8, 13, 20, 41, 47, 48, 52, 132
staða 50, 60–62, 66, 67, 70–75, 82, 83, 88, 103, 137
Steinar Sjónason 69, 72
Steini Þorðvarðarson 92n
Steinn Steinarr 136
stórlæti 29
Sturla Sighvatsson 67, 75, 78, 79, 95, 104, 107, 108, 110–120, 122–125, 129, 132, 133, 134, 140, 145, 146
Sturla Þórðarson 31, 71, 75, 77, 86, 87, 95, 107–112, 114–116, 119, 122, 124–126, 130, 131, 134, 145, 146
Svertingur Þorleifsson 113
svið 62
svívirðing 70
synd 79, 80
sæmd 9n, 13, 15–17, 21, 28, 29, 33, 34, 45, 46, 48, 49, 51, 53, 57, 60, 94, 118, 126, 141, 142, 148 sjá heiður
Sæmundur Jónsson í Odda 100, 101, 103, 108, 133
Sæmundur Ormsson 116
Sørensen, Preben Meulengracht 17, 18, 21, 22, 46, 52, 57–60, 80, 87, 138, 139, 144, 147, 148
táknauðmagn 140
táknrænt auðmagn 59, 60, 63, 70, 75, 137, 139, 143, 147
tign 13, 16, 31, 80, 143
tír 13, 16
Tómas Becket erkibiskup í Kantaraborg 35
traust 11, 72, 145
trú 33, 35, 73, 74, 74n, 75, 77, 79, 80, 111, 141
trúarhugmyndir 76
trúrækni 34
Tumi Sighvatsson 115, 116
undirgefni 67
uppeldi 36
upphefð 139
upplausn 11
vald 65, 72, 79
valdajafnvægi 73
valdasamþjöppun 129
valddreifing 128
Valdimar konungur í Garðaríki 23
Valgerður Óttarsdóttir 66, 68
vansæmd 53
vegur 13, 16, sjá tign, tír
velsæmi 44, 51, sjá skömm
Vémundur kögur Þórisson 17
Vésteinn Vésteinsson 47
Vigdís Ingjaldsdóttir á Goddastöðum 47, 51, 53, 143
Vigdís Gíslsdóttir 67
Vigfús Glúmsson 135
Vilhjálmur af Malmesbury 29
Villon, François 82

vinátta 11, 12, 29, 31, 32, 38, 46, 49, 61, 68, 72, 77, 83, 93, 96, 105, 113, 114, 117, 118, 121, 126, 127, 131
vináttubönd 12, 44, 45
vináttusambönd 54
vinfengi 127, 128
vinskapur 61, 113
vinsældir 117, 125
virðing 6, 7n, 9, 10, 12–24, 26–30, 32–36, 39, 41, 45, 47, 48, 52, 54, 55, 57–61, 63, 67, 71, 72, 74–77, 80, 81, 84, 88, 91, 93–96, 99–103, 106, 107, 109, 111–113, 115, 117, 118, 120–133, 135–139, 141, 143, 145–148
virðingarauki 98
Víga-Glúmur Eyjólfsson 28
völd 49, 50, 54, 62, 63, 73, 74, 80, 91, 92n, 93, 100, 102, 95–97, 101, 106, 108–110, 114, 121, 126, 128, 130, 131, 144n, sjá vald
Wilson, Peter J. 50, 51, 96, 120, 121, 122
Wolfram von Eschenbach 82
yfirgangur 11
yfirráð 79
þekking 60, 61, 122, 137, 140
Þiðrandi Geitisson 48
þjóðarhugtakið 11
þjóðfélagsstaða 69
Þorbjörg digra Ólafsdóttir í Vatnsfirði 144
Þorgils skarði Böðvarsson 38, 45, 99, 104, 105, 108, 121, 122, 126, 142
Þorgils Oddason 103, 127
Þorgils Snorrason 98, 99
Þorkell Eyjólfsson 49, 143
Þorkell Súrsson 47
Þorlákur goði Ketilsson 114
Þorlákur helgi Þórhallsson 37, 38, 73, 76, 84, 140

Þorsteinn Egilsson 69, 72
Þorsteinn goði Ingimundarson 66, 67, 69
Þorvaldssynir frá Vatnsfirði 145, sjá Snorri, Þórður
Þorvaldur Ósvífursson 45, 114
Þorvaldur Snorrason í Vatnsfirði 75, 99, 104, 117
Þorvaldur víðförli 33, 34
Þorvarður Þórarinsson 104
Þórdís todda Brodd-Helgadóttir 48, 53, 143
Þórður goddi 53, 143
Þórður goði Böðvarsson í Görðum 100, 127, 131
Þórður Kolbeinsson 23, 25
Þórður Narfason 110
Þórður kakali Sighvatsson 38, 108, 127
Þórður Sturluson 58, 75, 77, 78, 79, 80, 97, 98, 99, 110, 111, 114, 115, 117, 118, 127, 130
Þórður Þorvaldsson 117, 118
Þórhalla Ásgrímsdóttir 45
Þórhildur Gísladóttir 67
Þórir Þorsteinsson 92n
Þórólfur Kveld-Úlfsson 72
Þórólfur rauðnefur 47
Þórólfur, breiðfirskur maður 46, 47, 51, 53
Þuríður Kolgrímsdóttir 45, 142
Þýskalandskeisari 30, 34
öfund 19, 147
Ögmundur dyttur Hrafnsson 24, 25, 28
örlæti 28, 94, 95, 120, 122, 128, 131, 142, sjá gjafmildi, rausn
öryggi 11

Æviágrip höfunda

Helgi Þorláksson (f. 1945) er prófessor við Háskóla Íslands. Hann hefur rannsakað blóðhefnd og fæðardeilur í íslensku miðaldasamfélagi, þar sem heiður og hefnd hafa verið í forgrunni.

Sverrir Jakobsson (f. 1970) er MA í miðaldafræðum og vinnur nú að doktorsritgerð við Háskóla Íslands. Meginrannsóknarsvið hans er heimsmynd Íslendinga 1100–1400.

Sólborg Una Pálsdóttir (f. 1971) er BA í sagnfræði frá Háskóla Íslands og er nú í MA-námi þar. BA-ritgerð hennar fjallaði um heiður kvenna í þjóðveldissamfélaginu.

Torfi H. Tulinius (f. 1958) er dósent í frönsku við Háskóla Íslands. Hann hefur rannsakað bæði franskar og norrænar miðaldabókmenntir og tekur þar mið af samfélagi ritunartímans.

Gunnar Karlsson (f. 1939) er prófessor í sagnfræði við Háskóla Íslands. Hann hefur ritað jöfnum höndum um miðaldasögu og sögu 19. aldar, auk yfirlitsrita og kennslubóka um Íslandssögu.